மூன்று ஆண்டுகள்

ஆண்டன் செகாவ்

தமிழில் : அ. கிருஷ்ணமூர்த்தி

நற்றிணை பதிப்பகம்

மூன்று ஆண்டுகள் * ஆண்டன் செகாவ் * தமிழில் : அ. கிருஷ்ணமூர்த்தி * முதல் பதிப்பு: நவம்பர் 2022 * வெளியீடு: நற்றிணை பதிப்பகம் (பி) லிமிடெட் * எண். 136, தரைத்தளம், சோழன் தெரு, ஆழ்வார்திருநகர், சென்னை–600 087.

* மின்னஞ்சல் : natrinaipathippagam@gmail.com
* கைப்பேசி : 94861 77208
* தொலைபேசி : 044 – 4273 2141
* அச்சாக்கம் : துர்கா பிரிண்டர்ஸ், சென்னை–600 005

1

மூன்று ஆண்டுகள்*

சன்னல்களில், இங்கும் அங்குமாகச் சிறிது வெளிச்சம்; தெருக்கோடியிலே பாளையங்களுக்குப் பின்னால் வெளிறிய நிலா எழுந்து கொண்டிருந்தது; மற்றபடி, இன்னும் இருட்டாகவே இருந்தது. ஃபியோதர் – பாவெல் கோயிலில் மாலைவழிபாடு நிகழ்ந்து கொண்டிருந்தது; அதன் முடிவுக்குக் காத்திருந்த வண்ணமாகத் தன் வீட்டுக்கு வெளியேயிருந்த பெஞ்சின்மீது உட்கார்ந்திருந்தான் லாப்தேவ். யூலியா செர்கேயிவ்னா, கோயிலிலிருந்து தன் வீட்டுக்குப் போகும் வழியிலே, அந்தப் பக்கம் வருவாள்; அவளோடு பேசலாம்; ஒருவேளை மாலைப்பொழுது முழுவதையும் அவளோடு கழிக்கலாம் என்றெல்லாம் அவன் எண்ணினான்.

---

* மூன்று ஆண்டுகள் என்னும் கதை 1894ஆம் ஆண்டில் எழுதப்பட்டது. 1895ஆம் ஆண்டில் ருஸ்கயா மீஸில் (ருஷ்யச் சிந்தனை) என்னும் பத்திரிகையின் முதல் இதழில் வெளியிடப்பட்டது. 'ஒரு கதை' என்னும் துணைத் தலைப்போடு வெளியிடப்பட்டது; 'ஆண்டன் செகாவ்' என்னும் பெயர் அதில் வெளியாகியிருந்தது.

ஆசிரியர் தன்னுடைய கையேட்டில் இப்புத்தகத்துக்கு மிகவும் அதிகமான குறிப்புகளை (சுமார் 200) எழுதியிருக்கிறார்.

கதையை எழுதிச் செல்லும்போது சேகவ் தனது ஆரம்பத் திட்டங்கள் சிலவற்றைக் கைவிட்டுவிட்டுப் பிரதானமான உளவியல் மோதலிலும் லாப்தேவின் உணர்ச்சிகளிலும் முழுக் கவனத்தையும் குவித்தார். 'மூன்று ஆண்டுகள் – குடும்ப வாழ்க்கையின் காட்சிகள்' என்னும் தலைப்பே அவர் முதலில் உத்தேசித்தது. கதையின் உருவரையையும் அப்படியேதான் அமைத்திருந்தார். ஆனால், பிறகு அந்தக் கதையில் எல்லைகளைக் குறுக்கி மனப் போராட்டத்துக்கு முக்கியத்துவம் கொடுத்தார்.

பத்தொன்பதாம் நூற்றாண்டின் கடைசியில் ருஷ்யாவின் அறிவுஜீவிகள் மத்தியில் சமூக முன்னேற்றம், வர்க்க ஏற்றத் தாழ்வை ஒழித்தல், கலையின் தூய்மைக்கும் காலத்தின் தேவைகளுக்குமிடையே உள்ள உறவுப் பொருத்தங்கள் ஆகியவற்றைப் பற்றிய சித்தாந்த விவாதங்கள் கூர்மையடைந்திருந்தன. இந்த விவாதங்களை இக்கதை பிரதிபலிக்கிறது.

அவன் ஒரு மணிக்கு மேலாகக் காத்திருந்தான்; அப்போது அவன் சிந்தனைகள், அவனுடைய மாஸ்கோ வீடு, மாஸ்கோ நண்பர்கள், பணியாள் ஃபியோதர், படிப்பறையிலுள்ள மேசை ஆகியவற்றைச் சுற்றி வட்டமிட்டன. சகோல்னிகியில் உள்ள தங்கள் வீட்டில் வசிக்காமல், காலையிலும் மாலையிலும் மேய்ப்பர்கள் கொம்புகளை ஊதியபடி ஓட்டிச்செல்லும் கால்நடை மந்தை புழுதிப் படலத்தைக் கிளப்பும் இந்த மாகாண நகரத்தில் வாழ்வது என்ன விசித்திரம் என்று எண்ணியவாறு, இருண்டு அசைவற்றிருந்த மரங்களைப் பார்த்துக்கொண்டிருந்தான். காதலில்லாமல் வாழ்வது சாத்தியமே; காதல் என்பது ஒரு மனநோயே; பார்க்கப்போனால் இருபாலினருக்கிடையே ஏற்படும் உடற்கவர்ச்சியைத் தவிர, காதல் என்று அப்படி ஒன்றும் கிடையாது என்றெல்லாம் தன் மாஸ்கோ நண்பர்களோடு, முடிவில்லாது செய்த வாக்குவாதங்கள் அவன் நினைவுக்கு வந்தன. அப்போது காதலைப் பற்றித் தன்னிடம் யாராவது கேட்டால், தனக்கு எதுவும் சொல்லத் தெரியாதென்பான்.

கோயிலில் வழிபாடு முடிந்தது; கூட்டம் வெளியில் வந்தது. தெரு வழியே சென்ற இருண்ட உருவங்களை உன்னிப்பாய் நோக்கினான் லாப்தேவ். பிஷப் தன் அழகான வண்டியில் அவனைக் கடந்து சென்றார், மணியோசையும் நின்றது. மணிக்கூண்டின் மீதிருந்த சிவப்பும் பச்சையுமான விளக்குகள் – கோயில் விழாவுக்காக ஏற்றிய தீப ஒளிகள் – எல்லாம் ஒவ்வொன்றாக அணைந்தன; என்றாலும் தெருவில் கூட்டம் குறையவில்லை; எல்லோரும் உலாவிக் கொண்டும் வீட்டு சன்னல்களுக்கு அருகில் நின்று உரையாடிக் கொண்டும் இருந்தனர். கடைசியாகத் தனக்குப் பழக்கமான ஒரு குரலைக் கேட்டான் லாப்தேவ்; அவன் இருதயம் துடித்தது. ஆனால், யூலியா செர்கேயிவ்னா தனியாக வரவில்லை; அவளைத் தொடர்ந்து யாரோ இரு பெண்களும் வந்தனர். இதைக் கண்டு அவனுக்குப் பெருத்த ஏமாற்றமுண்டாயிற்று.

"அடக் கஷ்டமே, கஷ்டமே!" என்று லாப்தேவ் முணு முணுத்தான். அப்பெண்களின் மீதுகூட அவனுக்குப் பொறாமை ஏற்பட்டது.

அவள் தோழிகளிடத்தில் விடைபெறுவதற்காகத் தெருமுனையில் நின்றாள்; நிமிர்ந்து பார்த்தபோது லாப்தேவைக் கண்டாள்.

"உங்கள் அப்பாவைப் பார்க்கத்தான் வந்தேன்; அவர் வீட்டில் இருக்கிறாரா?" என்றான்.

"இருப்பார்; இவ்வளவு சீக்கிரத்தில் அவர் கிளப்புக்குப் போக மாட்டார்" என்று அவள் பதிலளித்தாள்.

தெருவின் இரு மருங்கிலும் தோட்டங்கள் அடர்ந்திருந்தன. வேலிகளை ஒட்டியபடி வளர்ந்திருந்த எலுமிச்சை மரங்கள் இப்போது நிலவொளியில் நிழல் பரப்பிக்கொண்டிருந்தன. அதன் காரணமாகத் தெருவின் ஒரு பக்கத்தில் வேலிகளும் வாயில்களும் ஆழ்ந்த இருளில் மறைந்திருந்தன. பெண்களின் இரகசியப் பேச்சும் சிரிப்பும், பலலாய்கா என்னும் தந்தி வாத்தியத்தை யாரோ மெல்ல இசைப்பதும் அங்கிருந்து கேட்டன. எலுமிச்சை மரங்களின் மலர்கள், உலர்ந்த புல் இவற்றின் வாடையும் லாப்தேவைக் கலக்கிவிட்டன. பக்கத்தில் நின்ற அந்தப் பெண்ணைத் தழுவி, அவள் முகத்திலும் கைகளிலும் தோள்களிலும் முத்தங்களைப் பொழியவும் தேம்பியழவும் அவள் பாதங்களில் விழவும் எவ்வளவு நேரம் உனக்காகக் காத்திருந்தேன் என்று சொல்லவும் அவனுக்கு ஆசை பொங்கியெழுந்தது. அவளிடமிருந்து தூபத்தின் மென்மணம் வீசிற்று; தான்கூட, கடவுளை நம்பியவனாய், மாலை வழிபாடுகளில் பங்குகொண்டு, கவிகள் வருணிப்பது போன்ற புனிதக் காதலுக்காகத் தவித்த காலத்தை அவனுக்கு அந்த வாடை நினைப்பூட்டிற்று. தன்னை அவள் காதலிக்கவில்லை என்பது அவனுக்குத் தெரியும்; ஆதலால் தான் கனவு கண்ட அந்த இன்பம் ஒருபோதும் வராது என்பதை உணர்ந்தான்.

அவன் சகோதரி நீனா ஃபியோதரவ்னாவின் மோசமான உடல்நிலையைப் பற்றி அவள் பரிவாகப் பேசினாள். நீனாவுக்குப் புற்றுநோய் ஏற்பட்டு, இரு மாதங்களுக்குமுன் அறுவைச் சிகிச்சை செய்யப்பட்டது. ஆனால், அந்த நோய் திரும்பிவிடும் என்று எல்லோரும் எதிர்பார்த்தனர்.

“காலையில் அவளைப் பார்க்கச் சென்றேன்; அவள் தோற்றத்தில் கொஞ்சம் மாறியிருப்பது போல் தோன்றியது; போன வாரத்தைவிட ஒன்றும் அதிகமாக மெலிந்துவிடவில்லை; இருந்தாலும் அவள் முகம் கொஞ்சம் வெளிறிப் போயிருந்தது’’ என்றாள் யூலியா செர்கேயிவ்னா.

“ஆமாம், ஆமாம்! நோய் மீண்டும் வரவில்லை என்றாலும் ஒவ்வொரு நாளும் கொஞ்சம் கொஞ்சமாக அவள் வலுவிழந்து வருகிறாள்; என் கண்ணெதிரிலேயே அவள் நொய்ந்து நலிகிறாள். அவளுக்கு நேர்ந்திருப்பது என்ன என்பதே எனக்கு ஒரே புதிர்’’ என்றான்.

யூலியா செர்கேயிவ்னா சற்று மௌனமாயிருந்தாள். பின்பு, “அவள் எவ்வளவு ஆரோக்கியமாகவும் கொழுகொழுவென்றும் சிவந்த கன்னங்களோடும் இருந்தாள்! பாவம்! ‘மாஸ்கோ பெண்’ என்றுதான் அவளை எல்லோரும் கூப்பிடுவார்கள். அடேயப்பா,

அவள் எப்படிச் சிரிப்பாள் தெரியுமா! விழா நாட்களில் கிராமப் பெண்மாதிரி உடை உடுத்திக்கொள்வாள், அவளுக்கு அது நன்றாகவும் பொருந்தியிருக்கும்!" என்றாள்.

வைத்தியர் செர்கேய் பரீசவிச் வீட்டில்தான் இருந்தார். பருத்த உடலும் சிவந்த முகமும் உடைய அவர், முழங்காலுக்குக் கீழ் நீண்டு தொங்கும் கோட்டை அணிந்திருந்ததால், குட்டைக் கால்களை உடையவர்போல் தோன்றினார். கைகளைப் பைகளில் செருகியபடி, 'ரூ-ரூ-ரூ-ரூ' என்று இசைத்தவாறு, தன் படிப்பறையில் அங்குமிங்கு மாக நடைபோட்டுக்கொண்டிருந்தார், தனது நரைத்த கிருதாவை வாரிவிடாமலே இருந்தார்; அவர் தலைமயிரோ, அப்போதுதான் படுக்கையிலிருந்து எழுந்தவர்போலக் கலைந்து கிடந்தது. சோபாவின் மேல் இருந்த திண்டுகள், மூலைகளில் கிடந்த பழந்தாள்களின் குவியல்கள், மேசைக்கடியிலேயே படுத்திருந்த, நோய்பிடித்த கிழ நாய் ஆகியவற்றுடன், அவருடைய படிப்பறையுங்கூட அவரைப் போலவே அலங்கோலமாகக் காட்சியளித்தது.

படிப்பறையில் அவர் மகள் நுழைந்ததுமே, "திரு. லாப்தேவ் தங்களைப் பார்க்க விரும்புகிறார்" என்று கூறினாள்.

'ரூ-ரூ-ரூ-ரூ' என்று இசைத்தவாறு வைத்தியர் விருந்தினர் அறைக்குள் வந்தார். "என்ன ஏதாவது நல்ல செய்தி உண்டா?" என்று சொல்லி, லாப்தேவின் கையைக் குலுக்கினார்.

விருந்தினர் படிப்பறையில் ஒரே இருட்டு, கையில் தொப்பி யோடு நின்ற லாப்தேவ், திடீரென அங்கு புகுந்ததற்காக மன்னிக்கச் சொல்லி, தன் தமக்கையை இரவில் உறங்க வைப்பதற்கு என்ன செய்ய வேண்டும் என்றும் அவள் வரவர அத்தனை மெலிந்து போகிறாளே, ஏன் என்றும் கேட்டான். தான் பேசப் பேச, காலையில் வைத்தியர் வந்திருந்தபோது அதே கேள்விகளைக் கேட்டது அவன் நினைவுக்கு வந்தது. அவ்வெண்ணம் அவனைக் கலக்கத்தில் ஆழ்த்தியது.

"ஒருவேளை, மாஸ்கோவிலிருந்து தேர்ந்த வைத்தியர் ஒருவரை நாம் அழைக்க வேண்டியிருக்குமோ? நீங்கள் என்ன நினைக்கிறீர்கள்?" என்றான்.

வைத்தியர் பெருமூச்செறிந்து, தோள்களைக் குலுக்கி, கைகளை விரித்தார்.

அவர் மனம் புண்பட்டு விட்டது என்பது தெளிவு. அவர் ஒரு தொட்டால்சிணுங்கி. தம்மை யாரும் நம்புவதில்லை, முறை யாகப் பாராட்டுவதும் மதிப்பதும் இல்லை, தம் நோயாளிகள் தம்மைச் சுரண்டுகிறார்கள், தம் தோழர்களும் தம்மிடத்தில் நல்லெண்ணம்

கொண்டிருக்கவில்லை என்றெல்லாம் எப்போதும் கற்பனை செய்து கொள்வார். மனங்கசந்து தம்மை எப்பொழுதும் நையாண்டி செய்து கொள்வார்; தம்மைப் போன்ற மடையர்கள், எல்லாவற்றையும் பொறுத்துக்கொள்ளப் பிறந்தவர்கள் என்று கூறிக்கொள்வார்.

யூலியா செர்கேயிவ்னா விளக்கேற்றினாள். சோர்வுற்று, வெளிறிப் போயிருந்த அவளுடைய முகத்தோற்றத்தையும் சுறுசுறுப் பற்ற நடமாட்டத்தையும் கண்ட லாப்தேவ், வழிபாட்டுக்குப் பிறகு அவள் அலுத்துப்போய், தனியாக இருக்க விரும்புகிறாள் என்பதை உணர்ந்தான். கைகளை மடிமேல் வைத்தபடி அவள் ஏதோ சிந்தித்துக் கொண்டு சோபாவின் மீது உட்கார்ந்திருந்தாள். லாப்தேவுக்கு, தான் அழகுடையவன் அல்ல என்பது நன்றாகத் தெரியும். இப்போதோ அதைப் பற்றிய உணர்வு அவனைப் பெரிதும் உறுத்தியது. குள்ளமான, மெல்லிய உடலமைப்பு; சிவந்த கன்னங்கள்; உச்சந்தலை மயிர் ஏற்கெனவே உதிரத் தொடங்கிவிட்டது; அதனால், சிலவேளை அவனுக்குத் தடுமன் பிடித்துக் கொள்வதுமுண்டு. அழகற்றவர் களையும் காட்சிக்கினிமையாகச் செய்யும் கவர்ச்சிகூட அவனுக் கில்லை; பெண்களிடம் அவன் அந்தம் குறைவாக, அசட்டுப் பிசட்டென்று பழகி, உளறிக் கொட்டுவான். இப்போது, அவன் இதற் காகத் தன்னையே இகழ்ந்துகொண்டான். யூலியா செர்கேயிவ்னாவுக்கு, தான் அங்கிருப்பது தொந்தரவாக இருக்கக் கூடாது என்பதற்காக, அவளோடு உரையாட வேண்டும் என்று உணர்ந்தான். ஆனால், எதைப் பற்றிப் பேசுவது? மறுபடியும் தன் தமக்கையின் வியாதியைப் பற்றித்தானா?

மருத்துவத்தைப் பற்றிப் பேசத் தொடங்கினான்; அதுபற்றி எல்லோரும் வழக்கமாக என்ன சொல்வார்களோ, அதைத்தான் கூறினான். சுகாதார இயலைப் பாராட்டினான்; நெடுங்காலமாக மாஸ்கோவில் இரவில் தங்குவதற்கு ஒரு விடுதி அமைக்க வேண்டு மெனத் தான் திட்டமிட்டிருந்ததாகவும் அதற்குத் தேவையான செலவு மதிப்பீடுகள் ஏற்கெனவே தயாராகிவிட்டன என்றும் கூறினான். இரவில் அந்த விடுதிக்கு வரும் தொழிலாளி, ரொட்டியும் ஒரு தட்டு நிறையச் சூடான முட்டைக்கோஸ் சூப்பும், மேல்விரிப்பும் கதகதப்பான தூய படுக்கையும், தன் துணிகளையும் காலணிகளையும் காய வைப்பதற்கு ஓரிடமும் – எல்லாம் ஐந்து அல்லது ஆறு கோப் பெக்குகளுக்குப் பெறலாம் என்று சொல்லிக்கொண்டே போனான்.

அவன் முன்னிலையில் மௌனம் சாதிப்பதுதான் யூலியா செர்கேயிவ்னாவின் வழக்கம்; ஆயினும், அவளுடைய எண்ணங் களையும் கருத்துகளையும் எப்படியோ ஒருவிதமாக, ஒருவேளை காதலனுக்கு உரித்தான அகவுணர்வினால்தானோ என்னவோ,

அவன் ஊகித்துக்கொள்வான். இப்போதுகூட, அவள் மாலை வழிபாட்டிற்குப் பிறகு, உடுப்பு மாற்றிக்கொள்ளவும் தேநீர் அருந்தவும் தன் அறைக்குச் செல்லாததால், நிச்சயமாக மறுபடியும் வெளியில் புறப்படுவாள் என்று அவன் எண்ணினான்.

"இந்த விடுதி விஷயத்தில் நான் ஒன்றும் அவசரப்படவில்லை" என்று வைத்தியரிடம் ஒருவித எரிச்சலோடு அவன் சொன்னான். வைத்தியரோ, எவ்வித உணர்ச்சியுமின்றி அவனை வெறிக்கப் பார்த்து, மருத்துவம், சுகாதார நூல், இவை பற்றி அவன் ஏன் அடித்துப் பேசுகிறான் என்று வெளிப்படையாக வியப்படைந்தார். லாப்தேவ் மேலும் தொடர்ந்தான்: "இன்னும் கொஞ்ச காலத்திற்கு இந்தச் செலவுத் திட்டங்கள் எனக்குத் தேவையில்லை. விடுதியைக் கட்டினால், அது தர்மவான்களாக வேஷம்போடும் நயவஞ்சகரிடமோ, நல்ல முயற்சிகளையெல்லாம் பாழாக்கும் பரோபகாரிச் சீமாட்டி களிடமோ சிக்கிவிடலாம் என்று நான் அஞ்சுகிறேன்."

யூலியா செர்கேயிவ்னா எழுந்து, விடைபெறுவதற்காகக் கையை நீட்டினாள்.

"மன்னித்துக்கொள்ளுங்கள், நான் போக வேண்டும்; உங்கள் அக்காவுக்கு என் வணக்கங்களைத் தயவுசெய்து தெரிவியுங்கள்" என்றாள்.

'ரூ–ரூ–ரூ–ரூ' என்று இசைக்கத் தொடங்கினார் வைத்தியர்.

யூலியா செர்கேயிவ்னா போன சிறிது நேரத்துக்குப் பிறகு லாப்தேவ் வைத்தியரிடம் விடைபெற்றுக்கொண்டு, வீட்டிற்குச் சென்றான். எலுமிச்சை மரங்கள், நிழல்கள், மேகங்கள் எல்லாம், எதிலும் சிரத்தையின்றியிருந்த ஒய்யாரமான அந்த இயற்கைக் காட்சிகள் எல்லாம் இப்போது அவனுக்கு அற்பமாகத் தோன்றின– மனிதன் மனக்குறையோடும் மகிழ்ச்சியின்றியும் இருக்கும் போதெல்லாம் அவை இப்படித்தான் தோன்றும். வானமண்டலத்தில் குளிர்நிலவு விரைந்தோடியது; அதைத் தொடர்வதுபோல, கீழே மேகங்கள் வேகமாக ஓடிக்கொண்டிருந்தன! 'ஐயே, என்ன பரிதாபமான நிலவு, அசடு வழிகிறது! என்ன பிசுபிசுத்த மேகங்கள்!' என்று எண்ணினான். வைத்தியத்தைப் பற்றியும் இரவு விடுதி பற்றியும் பேசியதற்காக மனங்கூசி வெட்கப்பட்டான். நாளைக்கும்கூட அவளைப் பார்த்துப் பேச வேண்டுமென்ற ஆவல் உண்டாகுமே, அதைத் தன்னால் எதிர்த்து நிற்க முடியாதே, தன்னை அவள் பொருட்படுத்துவதேயில்லையே என்பதைப் பற்றி நினைத்து வேதனையுற்றான். நாளைக்குப் பிறகு இப்படியேதான் நிகழும். இவையெல்லாம் எப்போது, எப்படித்தான் முடிவடையுமோ?

வீட்டிற்கு வந்து சேர்ந்தவுடனேயே, அவன் தமக்கையின் அறைக்குச் சென்றான். நீனா ஃபியோதரவ்னா பார்வைக்கு நலமுடையவளாகவே தோன்றினாள். அவள் மல்லாந்து கண்ணை மூடிக்கிடக்கும்போது, பிணம் போன்று வெளிறிய நிறம் முகத்தில் தோன்றியிராவிடில் அவளை நோயாளி என்றே யாரும் கருதியிருக்க மாட்டார்கள். பத்து வயதான அவளுடைய மூத்த மகள் சாஷா, அவள் பக்கத்தில் உட்கார்ந்து, பாடப் புத்தகம் ஒன்றை உரக்கப் படித்துக்கொண்டிருந்தாள்.

"அலெக்ஸேய் வந்துவிட்டான்" என்று முணுமுணுத்தாள் நோயாளி.

நெடுநாளாக எழுதப்படாத ஓர் ஒப்பந்தம் செய்து கொண்டதைப் போல, சாஷாவும் அவள் மாமனும் அந்த நோயாளியருகில் மாறிமாறி இருந்து வந்தனர். சாஷா தன் புத்தகத்தை மூடிவிட்டு, ஒரு வார்த்தையும் சொல்லாமல் வெளியேறிவிட்டாள். சிறு மேசையிலிருந்த வரலாற்று நவீனம் ஒன்றை எடுத்து, அவசியமான பக்கத்தைத் தேடி, லாப்தேவ் உரத்துப் படிக்கத் தொடங்கினான்.

நீனா ஃபியோதரவ்னா மாஸ்கோவில் பிறந்து வளர்ந்தவள்; அவளும் அவளுடைய இரு தம்பிகளும் தங்கள் குழந்தைப் பருவத்தையும் இளமைப் பருவத்தையும் பியாத்னித்ஸ்கயா தெருவிலே வணிகரான தங்கள் தந்தையார் வீட்டில் கழித்தனர். குழந்தைப் பருவம் அவளுக்கு மிகவும் நீண்டதாக, அலுப்பூட்டுவதாகத் தோன்றியது. தந்தை அவளிடம் மிகவும் கண்டிப்பாக நடந்து வந்தார்; ஓரிரண்டு முறை அவளைச் சாட்டையாலும் அடித்திருக்கிறார்; தாயோ, நீண்டநாள் நோயால் பீடிக்கப்பட்டுப் பிறகு இறந்துவிட்டாள். பணியாட்கள், துப்புக்கெட்டவர்களாக, முரட்டுப் போக்கும் வஞ்சகமும் உடையவர்களாக இருந்தனர்; வீட்டிற்கு வரும் துறவிகளும் புரோகிதரும் கூட, முரட்டுப்போக்கும் வஞ்சகமும் உடையவர்களாகவே இருந்தனர்; அவர்கள் நிறையத் தின்று குடித்துவிட்டு, தாங்களே வெறுத்த அவள் தந்தையிடம் இச்சகம் பேசுவார்கள். சிறுவர்கள் கொடுத்துவைத்தவர்கள், பள்ளிக்கூடம் சென்றனர்; நீனாவோ கல்வி கற்காமலே இருந்துவிட்டாள்; கோழி கிண்டுவது போல எழுதமட்டும் தெரியும்; வரலாற்று நவீனங்களைத் தவிர, வேறு எதையும் அவள் படித்ததில்லை. அவள் இருபத்திரண்டு வயதினளாயிருந்தபோது–சுமார் பதினேழு ஆண்டுகளுக்கு முன்பு–கோடையில், நாட்டுப்புறத்தில் ஹீம்கி என்ற இடத்திலே, தனது இன்றைய கணவன் பனவூரவைக் கண்டு, அவன்மீது காதல் கொண்டு, தம் தந்தையின் விருப்பத்துக்கு மாறாக, அவனை இரகசியமாக மணந்துகொண்டாள். பனவூரவ் நில முதலாளி, அழகன், கொஞ்சம்

மமதை பிடித்தவன்; பூசை விளக்கில் சிகரெட் பற்றவைப்பான், சீட்டியடிக்கும் பழக்கம் உடையவன். கிழவர் அவனைக் கவனத்தில் கொள்ளத் தகுந்தவனாகவே கருதவில்லை. மருமகன், சீர்வரிசை கேட்டுக் கடிதங்கள் எழுதத் தொடங்கியபோது, நீனாவின் தாய்க்குரிய மென்மயிர்க் கோட்டையும் வெள்ளிக் கலன்களையும் பிறவற்றையும் அத்துடன் கூட 30,000 ரூபிள்களையும் அனுப்பி யிருப்பதாகத் தம் மகளுக்கு எழுதினார். அதேபொழுது அவளுக்கு ஆசி தர முடியாது என்றும் குறிப்பிட்டிருந்தார். சிலகாலம் பொறுத்து, அவளுக்கு இன்னும் 20,000 ரூபிள்கள் அனுப்பினார். விரைவிலேயே அந்தப் பணம், சீர்வரிசை எல்லாம் கரைந்துவிட்டன; பனவூரவ் கிராமப்புறத்திலிருந்த வீட்டையும் விற்றுவிட்டு, மாவட்ட நிர்வாகத்தில் ஒரு பதவி ஏற்றுக்கொள்ளத் தன் குடும்பத்துடன் நகரத்துக்குப் போனான், அங்கே இன்னொரு குடும்பத்தையும் அவன் பெற்றுக்கொண்டான்; அதை அவன் மறைக்க முயலவில்லை. ஆதலால், அது அதிகப் பேச்சுக்கு இடமாயிற்று.

நீனா ஃபியோதரவ்னாவுக்குத் தன் கணவனிடம் அளவு கடந்த அன்பும் மதிப்பும் உண்டு. இப்போது, லாப்தேவ் அந்த வரலாற்று நவீனத்தைப் படித்துக் கொண்டிருந்தபோது, கடந்த ஆண்டுகளில் அவள் அனுபவித்ததையெல்லாம் நினைத்துப் பார்த்தாள். தன்னுடைய வாழ்க்கைக் கதையை யாரேனும் எழுதினால் அது எவ்வளவு பெரிய சோகக் கதையாக இருக்கும் என்று எண்ணிப் பார்த்தாள். புற்றுநோயால் உண்டான கட்டி மார்பகத்தில் ஏற்பட்டிருந்ததால், இன்பமென்பதை அறியாத காதலின் விளைவே தனது பிணி என்றும், கண்ணீரும் காதல் பொறாமையும் தன் உடல்நலத்தைப் பாழ்படுத்திவிட்டன என்றும் அவள் உறுதியாக நம்பினாள்.

லாப்தேவ் புத்தகத்தை மூடினான்.

“நல்ல காலம், புத்தகம் முடிந்தது; சரி, நாளைக்கு இன்னொன்றைத் தொடங்கலாம்” என்றான்.

நீனா ஃபியோதரவ்னா சிரித்தாள். அவள் எப்போதுமே எளிதில் சிரித்து விடுவாள். ஆனால், சில நேரங்களில், நோய் அவள் மனத்தைப் பாதித்ததை லாப்தேவ் கண்டான். ஏனெனில், அற்பமான விஷயங்களுக்கும்கூட, யாதொரு காரணமும் இல்லாமலேயே அவள் சிரித்துவந்தாள்.

“காலையில் நீ வெளியில் சென்றிருந்தபோது யூலியா இங்கு வந்தாள். தன் தந்தையின் வைத்தியத்தில் அவளுக்கு அதிக நம்பிக்கை இருப்பதாகத் தெரியவில்லை. அவள் என்னைப் பார்த்து, ‘என் தந்தையே உங்களைக் கவனிக்கட்டும்; இருந்தாலும், சாமியாருக்கு

இரகசியமாகக் கடிதம் எழுதி, உங்களுக்காகப் பிரார்த்தனைச் செய்யச் சொல்லுங்கள்' என்றாள். நகரத்தில் யாரோ ஒரு வயதான சாமியார் இருக்கிறாராம், உனக்குத் தெரியுமா? யூலியா குடையை மறந்து விட்டாள், நாளைக்கு அதை அனுப்பிவிடு'' என்று சொன்னாள். சிறிது நேரம் மௌனமாய் இருந்துவிட்டு, "ஆனால், முடிவு காலம் வரும்போது, வைத்தியரோ சாமியாரோ என்ன செய்ய முடியும்?'' என்றாள்.

"நீனா, நீ ஏன் இரவில் தூங்குவதேயில்லை?" என்று பேச்சை மாற்றுவதற்காக லாப்தேவ் கேட்டான்.

"எனக்கு எப்படித் தெரியும்? தூக்கம் வரமாட்டேன் என்கிறது. அதனால்தான், விழித்துக்கொண்டே யோசித்தவாறு படுத்திருக் கிறேன்.''

"அக்கா, எதைப் பற்றி நீ யோசிக்கிறாய்?''

"குழந்தைகளைப் பற்றி, உன்னைப் பற்றி... என் வாழ்வைப் பற்றி. அலெக்ஸேய், நான் வாழ்க்கையில் எவ்வளவு கஷ்டப் பட்டிருக் கிறேன், தெரியுமா? அவையெல்லாம் நினைவுக்கு வரும்போது... ஐயோ தெய்வமே!" என்று உடனே சிரித்தாள். "ஐந்து குழந்தைகளைப் பெற்றேன்; அவற்றில் மூன்று இறந்து போயின. சில சமயம் நான் பிள்ளை பெறும் தறுவாயில் இருக்கும்போது என் கணவன் கிரிகோரி நிக்கலாயெவிச் வேறு பெண்ணோடு இருப்பார். மருத்துவச்சியைக் கூப்பிடப் போக யாரும் இருக்க மாட்டார்கள். வேலையாளைத் தேடி நான் முன்னறைக்கோ அடுப்பங்கரைக்கோ போனால், அங்கே யூதர்கள், கடைக்காரர்கள், வட்டிக்குப் பணம் கொடுப்பவர்கள் ஆகியோர், அவர் வீடு வருவதற்காகக் காத்திருந்தபடி உட்கார்ந்திருப் பார்கள். என் தலை சுற்றும்... என்னைக் காதலிக்கவில்லை என்று ஒருநாளும் அவர் சொன்னதில்லை. என்றாலும், அவர் என்னைக் காதலித்ததே இல்லை. இப்போது அதை நான் பொருட்படுத்தவில்லை. அது ஒன்றும் அதிகமாய் என்னை வருத்துவதுமில்லை. ஆனால், இளம் பருவத்தில் எனக்குச் சந்தோஷமே கிடையாது; இன்பம் என்னவென்றே எனக்குத் தெரியாதப்பா! ஒருமுறை தோட்டத்தில் அவரை ஒரு பெண்ணுடன் பார்த்தேன் – அப்போது, நாங்கள் கிராமப் புறத்தில் வாழ்ந்து வந்தோம். நான் உடனே திரும்பி அங்கிருந்து பறந்து ஓடினேன். எங்கே போகிறேன் என்பதை அறியாத வளாய் ஓடினேன். கோயிலின் படிக்கட்டுகளில் ஏறும்வரை தன்னுணர்வு இல்லாமலே நடந்து சென்றேன். படிக்கட்டுகளில் விழுந்து மண்டியிட்டு, 'கன்னி மரியம்மா!' என்று உரக்கக் கூவி அழுதேன். நன்றாக இருட்டிவிட்டது. நிலா வீசிக்கொண்டிருந்தது.''

அவள் மூச்சுத் தடுமாறிப் பேச்சை நிறுத்தினாள்; சிறிது ஓய்வுகொண்ட பிறகு, தம்பியின் கரத்தைப் பற்றினாள்.

“அலெக்ஸேய், நீ ரொம்ப அன்புடையவனப்பா... கெட்டிக் காரன்... ரொம்ப நல்லவன்'' என்று தாழ்ந்த குரலில் கூறினாள்.

நள்ளிரவு வந்ததும் யூலியா செர்கேயிவ்னாவின் குடையை எடுத்துக்கொண்டு, லாப்தேவ், தன் தமக்கையின் அறையை விட்டுச் சென்றான். இரவான போதிலும் உண்டியறையில் வேலையாட்கள் தேநீர் அருந்திக்கொண்டிருந்தனர். வீட்டில் ஒரே குழப்பம். குழந்தைகள் இன்னும் தூங்கவில்லை. அவையுங்கூட உண்டியறை யிலேயே இருந்தன. மினுக்-மினுக் என்று எரிந்து கொண்டிருந்த விளக்கு, சீக்கிரம் அணைந்து விடலாம் என்பதைக் கவனிக்காமல் அவர்கள் எல்லோரும் தணிந்த குரலில் பேசிக்கொண்டிருந்தார்கள்; பெரியவர்களும் பிள்ளைகளும் பற்பல கெட்ட சகுனங்களால் மனங்கலங்கி இருந்தனர்; முன்னறையில் இருந்த நிலைக்கண்ணாடி உடைந்து போயிற்று; ‘சமோவார்’ * ஒவ்வொரு நாளும் சீட்டியடித்துக் கொண்டிருந்தது; உண்மையில், இப்பொழுதுகூட, ஏதோ வன்மம் கொண்டிருப்பது போல, அது சீட்டியடித்துக்கொண்டிருந்தது; நீனா ஃபியோதரவ்னா செருப்பை மாட்டும்போது, அதிலிருந்து ஒரு சுண்டெலி தாவிக் குதித்தது என்றெல்லாம் அவர்கள் கூறினார்கள். அந்தச் சகுனங்கள் ஆபத்தானவை என்பது பிள்ளைகளுக்குக்கூடத் தெரியும். மூத்த பெண் சாஷா – கறுத்த கூந்தலையுடைய மெலிந்த சிறுமி–மேசையருகில், நடுங்கிப்போய்த் துன்பமுற்ற தோற்றத்தோடு, அசைவற்று உட்கார்ந்திருந்தாள்; அவளுக்குப் பக்கமாக ஏழு வயதுச் சிறுமி லீதா நின்று கொண்டிருந்தாள். அவள் மேனி கொழுகொழு வென்றிருந்தது, தலைமுடி பொன்னிறமாய் இருந்தது. புருவத்தைச் சுளித்தவாறு அச்சிறு பெண் விளக்கைப் பார்த்துக்கொண்டிருந்தாள்.

லாப்தேவ், வீட்டின் கீழ்க்கட்டிலுள்ள தன் அறைகளுக்குச் சென்றான்; அவ்வறைகள் தாழ்ந்திருந்தன. அவற்றில் எப்பொழுதும் புழுக்கமாகவே இருக்கும். ஜிரோனியம் மலர்களின் நறுமணம் கமழும். விருந்தினர் அறையில் நீனாவின் கணவன் செய்தித்தாளைப் படித்துக்கொண்டிருந்தான். வணக்கம் தெரிவிக்கும் முறையில் தலையை அசைத்துவிட்டு, லாப்தேவ் அவனுக்கு எதிரே உட்கார்ந்தான். இருவரும் மௌனமாகவே இருந்தனர். இம்மாதிரி, ஒரு வார்த்தைகூடப் பேசாமலே, மாலைப் பொழுது முழுவதையும் அவர்கள் கழித்துவிடுவதுண்டு. இந்த மௌனம் அவர்களுக்குக் கூச்சமளித்ததே இல்லை.

---

* சமோவார் என்பது தேநீர் குடிப்பதற்காக வெந்நீர் தயாரிக்கும் பாத்திரம்.

சிறுமிகள், படுக்கைக்குச் செல்லுமுன் சொல்லிக் கொள்வ தற்குக் கீழே இறங்கிவந்தனர். மௌனமாகப் பனவூரவ் அவர்கள் மீது சிலுவைக் குறியிட்டு, கையை முத்தமிட அனுமதித்தான். பிறகு, அவர்கள் லாப்தேவிடம் வந்தனர். அவனும் அவர்கள் மீது சிலுவைக் குறியிட்டு, அவர்கள் முத்தமிடுவதற்காகத் தன் கையைக் கொடுத்தான். இந்தச் சடங்கு ஒவ்வொரு இரவிலும் நடைபெறும்.

சிறுமிகள் சென்றபிறகு, பனவூரவ் செய்தித்தாளை அப்பால் வைத்துவிட்டு, "பக்திமயமான இந்த நகரில் பொழுதைக் கழிப்பது பெருங்கஷ்டந்தான்" என்றான். பெருமூச்செறிந்தவாறு மேலும் தொடர்ந்தான்: "ஆனந்தமாகப் பொழுதைக் கழிக்க நீங்கள் ஒன்றைப் பிடித்துக்கொண்டது பற்றி எனக்கு ரொம்ப சந்தோஷம் என்று வெளிப்படையாகச் சொல்லிவிடுகிறேன்."

"எதைப் பற்றிப் பேசுகிறீர்கள்?" என்று வினவினான் லாப்தேவ்.

"அன்றைக்கு வைத்தியர் பெலாவின் வீட்டிலிருந்து நீங்கள் வந்ததைப் பார்த்தேன். அவள் அப்பாவைப் பார்ப்பதற்காகப் போனீர்கள் என்று நான் நினைக்கவேயில்லை."

"நிச்சயமாக இல்லை" என்றான் லாப்தேவ். அவன் முகம் சிவப்பேறியது.

"இயற்கைதானே! அது போகட்டும், அவள் தகப்பன் இருக் கிறானே, அவன் ஒரு சரியான மக்குப் பிண்டம். அவனைப் போல முட்டாளை, ஓர் இழவும் தெரியாத, கையாலாகாத காட்டானை நீங்கள் கற்பனைகூடச் செய்ய முடியாது. மாஸ்கோவாசிகளான நீங்களோ, சிற்றூர்களின் கவர்ச்சிகரமான பக்கத்தையே, அதாவது காட்சிக்கினிய தோற்றத்தையும் அந்தோன் கொரேமீகாவையுமே* பார்க்கிறீர்கள்; ஆனால், இங்கே எந்த அழகும் இல்லை, உறுதியாகச் சொல்கிறேன். காட்டுமிராண்டித்தனமும் நீசத்தனமும் அழுக்கும் தவிர வேறு எதுவும் இங்கே இல்லை. அறிவுஜீவிகள் என்று கூறுகிறார்களே, அவர்களைத்தாம் பாருங்களேன். இந்த நகரத்தில் இருபத்தெட்டு வைத்தியர்கள் இருக்கிறார்கள். அவர்கள் எல்லோரும் நிறையப் பணம் சேர்த்துவிட்டனர்; சொந்த வீடுகளில் வசிக்கின்றனர். இருந்தாலும், ஜனங்கள் முன்போலக் கதியற்றுத்தான் கிடக்கிறார்கள். நீனாவுக்கு அறுவைச் சிகிச்சை செய்ய வேண்டியிருந்தது; ரொம்பச் சாதாரணமான அறுவைச் சிகிச்சைதான்; ஆனால், அதற்காக

---

* அந்தோன் கொரேமீகா: 19ஆம் நூற்றாண்டில் பிரபலமடைந்திருந்த ருஷ்ய எழுத்தாளரான தி.வி.கிரிகரோவிச் (1822–1899) எழுதிய இதே பெயர்கொண்ட நாவலின் கதாநாயகன். இந்த நாவலில் பண்ணையடிமைகளின் வாழ்க்கை எதார்த்த முறையில் சித்தரிக்கப்பட்டுள்ளது.

மாஸ்கோவிலிருந்து டாக்டரை அழைக்க வேண்டியிருந்தது. அதைச் செய்யக்கூடிய ஆள் ஒருவன்கூட இங்கே கிடைக்கவில்லை. நினைத்துப் பார்க்க முடிகிறதா உங்களால். அவர்களுக்கு எதுவும் தெரியாது, எதுவும் புரியாது, எதிலும் அக்கறை கிடையாது. உதாரணமாகப் புற்றுநோய் என்றால் என்ன, அது எங்கிருந்து வருகிறது என்று அவர்களைக் கேட்டுப்பாருங்கள்."

புற்றுநோய் என்றால் என்ன என்பது பற்றி பனவூரவ் விளக்கத் தொடங்கினான். விஞ்ஞானத்தின் எல்லாத் துறைகளிலும் அவன் வல்லவன். ஒவ்வொன்றிற்கும் விஞ்ஞானபூர்வமான விளக்கம் தருவான்; ஆனால், அந்த விளக்கம் அவனுக்கே உரித்தானது. இரத்தவோட்டம் பற்றி அவனுக்கென்றே ஒரு தனிக்கொள்கையுண்டு; இரசாயன, வான சாஸ்திரங்கள் விஷயத்திலும்கூட அதே நிலைதான். கண்களைப் பாதி மூடியவாறு, நிதானமாக, மென்மையுடன் பேசுவான்; பேசும்போது இடையிடையே இலேசாகப் பெருமூச்சு விட்டு, அன்பொழுக முறுவலித்து, 'நினைத்துப் பார்க்க முடிகிறதா உங்களால்!' என்று குழைவாக, மெல்லிய குரலில் கூறுவான். தனக்கு ஐம்பது வயதாகிவிட்டதே என்று நினைவு அறவே இல்லாது, ஆத்ம திருப்தியுடன் இருந்தான் என்பது தெளிவு.

"எனக்குப் பசிக்கிறது; உப்பிலிட்டது ஏதேனும் சாப்பிட்டால் இப்போது நன்றாயிருக்கும்" என்றான் லாப்தேவ்.

"அதற்கென்ன? இதோ சாப்பிடுவோம்."

சிறிது நேரத்திற்குப் பிறகு, லாப்தேவும் அவன் மைத்துனனும் மாடியிலே உண்டியறையில் உணவருந்தினர். லாப்தேவ் ஒரு கிளாஸ் வோத்காவையும் அதைத் தொடர்ந்து ஒயினையும் பருகினான். பனவூரவ் எதுவும் குடிக்கவில்லை. அவன் ஒருபோதும் குடிப்பதோ அல்லது சீட்டாடுவதோ இல்லை. இருந்தும், அவன் தனது சொத்தையும் தன் மனைவியின் சொத்தையும் எப்படியோ கரைத்துவிட்டுப் பெருவாரியான கடனில் வேறு மூழ்கியிருந்தான். அவ்வளவு பெரிய செல்வத்தை அத்தனை குறுகிய காலத்திற்குள்ளாக வாரியிறைப்பதே ஒரு தனித்திறமை; அந்தத் திறமையிருந்தாலே போதுமே, கெட்ட பழக்கங்கள் எதுவும் தேவையில்லையே. நல்ல உணவாக இருக்க வேண்டும், அது நேர்த்தியாகப் பரிமாறப்பட வேண்டும்; விருந்தில் இன்னிசை, பேச்சுகள் இருக்க வேண்டும்; வணங்கி நிற்கும் சிப்பந்திகளுக்குப் பத்து அல்லது இருபத்தைந்து ரூபிள் நோட்டைப் பனவூரவ் இனாமாக வீசி எறிவான், இவற்றி லெல்லாம் அவனுக்கு ஒரு தனிமோகம். நன்கொடைகள் அளிக்கவும் லாட்டரிகளில் கலந்துகொள்ளவும் அவன் அநேகமாகத் தவற

வில்லை. பெண் நண்பர்கள் எல்லோருக்கும் பிறந்த நாளில் மலர்கள் அனுப்புவான்; அபூர்வப் பொருட்களில் அவனுக்கு அலாதிப் பிரியம் – கிண்ணிகள், தம்ளர் தாங்கிகள், கைப் பொத்தான்கள், 'டை'கள், பிரம்புகள், வாசனைப் பொருட்கள், சிகரெட் குழாய்கள், சுங்கான்கள், நாய்கள், கிளிகள், ஜப்பானியச் சில்லறைப் பொருட்கள் போன்றவற்றை வாங்கிக் குவிப்பான். இரவில் பட்டுச் சட்டைகள்தாம் அணிந்து வந்தான்; அவன் கட்டில் கருங்காலியால் செய்யப்பட்டு, முத்துச் சிப்பியினால் அலங்கரிக்கப்பட்டிருந்தது; அவன் வீட்டில் அணியும் அங்கி உண்மையான பொக்காராத் துணியால் செய்யப் பட்டது; இவ்வாறு மேலும் பல; இவற்றுக்கெல்லாம், அவன் சொன்னது போல, பணத்தை வாரிவிட வேண்டியிருந்தது.

அன்றிரவு சாப்பிடும்போது, அவன் பெருமூச்செறிந்து தலையை அசைத்துக்கொண்டேயிருந்தான்.

"ஆம், இந்த உலகத்தில் எல்லாமே முடிவுக்கு வந்துவிடுகிறது" என்று தன் கறுப்பு விழிகளை இடுக்கியபடி மென்மையாகக் கூறினான். "நீங்கள் காதல் கொண்டு வருந்துவீர்கள்; பிறகு அந்த மோகம் போய்விடும்; அவள் உங்களிடம் விசுவாசமாய் இருக்க மாட்டாள்; பெண்கள் ஒரு நாளில்லா விட்டால் ஒருநாள் அப்படி ஆகிவிடுவார்கள்; நீங்கள் வேதனைப்பட்டு, மனமுடைந்து போவீர்கள்; இறுதியில் நீங்களும் அவளுக்குத் துரோகம் செய்துவிடுவீர்கள். ஆனால், இவையெல்லாம் வெறும் நினைவாக மட்டுமே ஆகிவிடும் நேரம் வரும்; அப்போது எவ்வித உணர்ச்சியுமின்றி அதைப் பற்றிப் பேசுவீர்கள். அது சுத்த முட்டாள்தனம் என்று கருதிவிடுவீர்கள்..." என்றான்.

களைத்துப் போய், சிறிதளவு குடிபோதையேறிய லாப்தேவ், பனவூரவின் அழகான தலையையும் சீராகக் கத்தரித்த கறுந் தாடியையும் பார்த்தான்; கவர்ச்சி நிறைந்த, தன்னம்பிக்கை உடைய இந்த மனிதனிடம் பெண்கள் ஏன் அவ்வளவு ஆசைப்படுகின்றனர் என்பதைப் புரிந்துகொண்டதுபோல் அவனுக்குப்பட்டது.

மாலையுணவு முடிந்ததும், பனவூரவ் மற்ற வீட்டுக்குப் போனான். லாப்தேவ் கொஞ்ச தூரம் அவனுடன் சென்றான். பனவூரவ் ஒருவன்தான் நகரத்தில் நெடுந்தொப்பி அணிந்தவன். சாம்பல் நிற வேலிகள், சிதைந்துபோன மர வீடுகள், குற்றுக்குற்றாக வளர்ந்த செடிகள் ஆகியவற்றுக்குப் பக்கத்தில் அவனது நேர்த்தியான படாடோபத் தோற்றம், நெடுந்தொப்பி, மஞ்சள் கையுறைகள் எல்லாம், பார்த்தால் விந்தையாகவும் கொஞ்சம் பரிதாபமாகவும் தோன்றின.

அவனிடம் விடைபெற்றுக்கொண்டு, லாப்தேவ் வீட்டை நாக்கி மெதுவாக நடந்தான். புல்லின் ஒவ்வொரு தாளும் தெளி வாகத் தெரியும்படி நிலா பளிச்சென்று எரிந்தது. நிலாவொளி, தனது வெறுந்தலையை மெல்லிய தூவியினால் தொட்டுத் தடவிச் சீராட்டுவது போல உணர்ந்தான் அவன்.

"நான் காதலிக்கிறேன்" என்று அவன் வாய்விட்டுச் சொன் னான். பனவூரவை எட்டிப் பிடித்து, அவனை ஆரத் தழுவிக்கொண்டு, அவனது தவறுகள் எல்லாவற்றையும் மன்னித்து, அதிகப் பணத்தை அவனுக்கு அளித்துவிட்டு, திரும்பிப் பாராது வயல்வெளிகளுக்கோ காடுகளுக்கோ ஓடிப்போக விரும்பினான்.

வீடு சென்றதும், யூலியா செர்கேயிவ்னா மறந்துவிட்ட குடை ஒரு நாற்காலி மீதிருந்ததைக் கண்டான். அதை வெடுக்கென்று எடுத்து முத்தமிட்டான். அது பட்டுக்குடையாயினும் புதியதல்ல; மலிவான வெண்ணிறத் தந்தக் கைப்பிடி கொண்டது; பழைய ரப்பர் நாடாவால் சுற்றப்பட்டிருந்தது. அதை விரித்துத் தலைக்கு மேல் உயர்த்தினான்; அறையில் இன்பத்தின் மணம் வீசியது போன்ற உணர்ச்சி அவனுக்கு ஏற்பட்டது.

ஒரு நாற்காலியில் வசதியாக அமர்ந்துகொண்டான்; குடையைப் பிடித்தபடியே, மாஸ்கோவிலுள்ள தன் நண்பன் ஒருவனுக்குக் கடிதம் எழுதத் தொடங்கினான்:

"என் அருமை கோஸ்த்யா, உங்களுக்கு ஒரு செய்தி தெரிவிக்க விரும்புகிறேன். நான் மீண்டும் காதல் கொண்டு விட்டேன். மீண்டும் என்று சொல்வதற்குக் காரணம், ஏற்கெனவே ஆறு ஆண்டுகளுக்கு முன்பு, ஒரு மாஸ்கோ நடிகைமீது நான் காதல் கொண்டிருந்ததுதான்; அவளை நேரில் காண்பதில்கூட நான் ஒருபோதும் வெற்றி பெற வில்லை. கடந்த ஒன்றரை ஆண்டுகளாக ஒருத்தியோடு வாழ்ந்து வந்தேன்; அவளைத்தான் உங்களுக்குத் தெரியுமே – அவள் யுவதியுமல்ல, அழகியுமல்ல. காதல் விஷயத்தில் நான் பெரிய துரதிர்ஷ்டசாலி. பெண்கள் என்னிடம் ஒருபொழுதும் மிகவும் பிடித்தமாயிருக்கவில்லை. எனது இளமை, காதல் இன்றியே கழிந்துவிட்டதையும், இப்போது தான், முப்பத்து நான்காவது வயதில் நான் முதன்முறை யாகக் காதல் கொண்டிருக்கிறேன் என்பதையும் என் நெஞ்சறிய ஒப்புக்கொள்வதற்கே எனக்கு வேதனையாகவும் வருத்தமாகவும் இருக்கிறது; அதனால்தான் மீண்டும்

எனக் குறித்தேன். எனவே, மீண்டும் காதல் என்பதாகவே அது இருக்கட்டும்.”

“இவள் எப்பேர்ப்பட்ட பெண் தெரியுமா? அவளை அழகி என்று கூற முடியாது: துருத்திய கன்ன எலும்புகள். மெலிந்த சரீரம். இருப்பினும், அவள் முகத்தில் எவ்வளவு கருணையுணர்ச்சி பொங்கி வழிகிறது. அவள் புன்சிரிப்பு எத்தனை அற்புதம். அவள் குரல் இன்னிசைதான் போங்கள். என்னிடம் ஒருபோதும் அவள் பேசியதில்லை; அவளை அறிந்துகொண்டதாக நான் சொல்ல முடியாது; ஆனாலும், அவள் அருகில் இருக்கும்போது, அசாதாரண மான ஓர் அபூர்வப் பிறவியின், எல்லையற்ற ஞானமும் மேன்மையும் படைத்த ஒரு பிறவியின் முன் இருப்பது போல உணர்கிறேன். அவள் தெய்வபக்தி உடையவள், அது என் உள்ளத்தை உருக்கி, என் பார்வையில் அவளை எவ்வளவு மேம்பட்டவளாகக் காட்டுகிறது என்பதை நீங்கள் கற்பனை செய்யவே முடியாது. இந்த விஷயத்தைப் பற்றி, உங்களுடன் முடிவில்லாமல், வாதாட நான் தயார். நீங்கள் நினைப்பதுதான் சரி என்று கொண்டாலும்கூட– உங்கள் இஷ்டம் போல் நினையுங்கள் – அவள் கோயிலில் வழிபடும் காட்சி எனக்கு ரொம்பவும் பிடித்திருக்கிறதய்யா! அவள் நாட்டுப்புறத்தவள்தான்; ஆயினும், மாஸ்கோவில் கல்வி பயின்றவள்; நம் மாஸ்கோவைப் பெரிதும் நேசிக்கிறாள்; மாஸ்கோ பாணியில்தான் உடையணிகிறாள்; அதற்காகக் கூட நான் அவளைக் காதலிக்கிறேன், காதலிக் கிறேன், காதலிக்கிறேன்... நீங்களோ, காதல் என்பது என்ன, ஒருவன் யாரைக் காதலிக்க வேண்டும், யாரைக் காதலிக்கக் கூடாது என்பன பற்றி எனக்கு நீண்ட விரிவுரை ஆற்றப் போகிறீர்கள் என்பதையும், அதற்காக, முகஞ் சுளித்து எழுந்து நிற்கிறீர்கள் என்பதையும் மனக்கண்ணால் பார்க்கிறேன். ஆயினும், அருமை கோஸ்த்யா, காதல் கொள்ளும் வரையில், காதல் என்பது என்ன என்பதைத் திட்டமாக நானும் அறிந்திருந்தேன்.”

“உங்களுடைய வணக்கத்துக்காக, என் அக்காள் உங்களுக்கு நன்றி செலுத்துகிறாள். சிறுவன் கோஸ்த்யா கோச்சி வோயை ஆரம்பப் பள்ளிக்கு அவள் எவ்வாறு இட்டுச் சென்றாள் என்பதைப் பற்றி அடிக்கடி பேசுகிறாள்; அவள் இன்னும் ‘அப்பாவிப் பிள்ளை கோஸ்த்யா’ என்றே

உங்களை அழைக்கிறாள்; அவளுக்கு நீங்கள் இன்னும் ஒரு சின்னஞ்சிறு அனாதைப் பையன்தான். எனவே, அப்பாவி அனாதைப் பையனே, நான் காதலிக்கிறேன். இதுவரையில் அது இரகசியம்தான்; எனவே, 'அவளிடம்' தயவுசெய்து எதையும் சொல்லாதீர்கள்; அதைத் திருப்தி யான முறையில் சரிப்படுத்திவிடலாம் என்றே நம்புகிறேன், அல்லது தல்ஸ்தோயின் நாவலில் வரும் பணியாளன் கூறியது போல, 'எல்லாம் தானே சரியாய்ப் போகும்...'

கடிதம் எழுதி முடித்ததும் லாப்தேவ் படுக்கைக்குச் சென்றான். களைப்பினால் கண்ணிமைகள் மூடிய போதிலும்கூட எக்காரணத் தாலோ அவனுக்கு உறக்கம் வரவில்லை; தெருவிலிருந்து வந்து கொண்டிருந்த சத்தங்களே, தன்னை உறங்கவிடாமல் செய்தன என்று அவன் எண்ணினான். வீட்டின் பக்கம் கால்நடைகளை ஓட்டிச் செல்லும் சப்தத்தையும் மேய்ப்பர்கள் ஊதும் கொம் பொலியையும் கேட்டான்; பிறகு வழிபாட்டிற்குக் கோயில் மணி அடித்தது. பின்னர், ஒரு வண்டி கடகடவென்று சென்றது; அடுத்துச் சந்தைக்குப் போகும் விவசாயப் பெண் ஒருத்தியின் குரல் கேட்டது. ஊர்க்குருவிகள், கீச்கீச் என்று இடைவிடாது ஒலியெழுப்பின.

2

அன்று காலைப்பொழுது பிரகாசமாகவும் குதூகலமூட்டு வதாகவும் இருந்தது. பத்து மணிக்குப் பழுப்புநிற உடையணிந்து, நேர்த்தியாக வாரிய கூந்தலுடன் விளங்கிய நீனா ஃபியோதரவ்னாவை விருந்தினர் அறைக்குள் அழைத்து வந்தனர். அந்த அறையில் சிறிது நடந்து சென்றதும், முகமெல்லாம் மலர, குழந்தைமை தோன்ற முறுவலித்த வண்ணமாகத் திறந்திருந்த சன்னலின் முன்பாக நின்றாள். அவள் முகம் அருள் பொலிவதென்று கூறி அதைப் பார்த்து தெய்வீகப் படங்கள் வரைய விரும்பிய உள்ளூர்க் குடிகார ஓவியனின் சொற்களை அவளது தோற்றம் நினைவூட்டியது. நிச்சயமாக அவள் வியாதி குணமடைந்து விடுமென்று அன்று காலையில் ஒவ்வொருவரும் – குழந்தைகள், பணியாட்கள், அவள் சகோதரன் அலெக்ஸேய் ஆகியோர் மட்டுமன்றி அவளுங்கூட – திடீரென உறுதியாக நம்பினர். சிறுமிகள் கலகலவெனச் சிரித்த வண்ணம் தம் மாமனோடு ஓடிப் பிடித்து விளையாடினர்; வீட்டில் சந்தோஷ ஆரவாரம் நிறைந்தது.

அவள் உடல்நலத்தைப் பற்றி விசாரிப்பதற்காக, மக்கள் பலர் கோயில் பிரசாத ரொட்டியுடன் வந்தனர்; அன்று நகரிலுள்ள ஒவ்வொரு கோயிலிலும் அவளுக்காக வழிபாடு நடந்தது என்று அவர்கள் கூறினர். அவள் பரோபகாரியாதலால், ஊரார் அவளை நன்கறிந்திருந்தனர்; அவளும் அவர்களின் அன்புக்குப் பாத்திர மானாள். தன் சகோதரன் அலெக்ஸேயைப் போலவே அவளும் தாராளமாக வாரிவழங்கினாள்; இருவருமே தானம் கொடுப்பது அவசியமா, இல்லையா என்பதைப் பற்றி நினைக்காமல் கொடுத்தனர். நீனா ஃபியோதரவ்னா, ஏழை மாணவர்களுக்குக் கல்விக் கட்டணத் திற்குத் தேவையான பணம் கொடுத்தாள். வயதான கிழவிகளுக்குத் தேயிலை, சர்க்கரை, பழப்பாகு முதலியன தந்தாள்; வறுமையால் வாடும் பெண்களுக்குத் திருமணத்திற்கு வேண்டியதைக் கொடுத்தாள்; ஏதாவது ஒரு செய்தித்தாள் கிடைத்தால் உதவிகோரி யாரேனும் விடுத்த வேண்டுகோளோ அல்லது துன்பத்திற்குள்ளான ஒருவனின் அறிக்கையோ இதில் இருக்கிறதா என்பதைத்தான் முதலில் பார்ப்பாள்.

அன்றுகூட, அவள் கையில் ஒரு கற்றைக் காகிதங்கள் இருந்தன. ஏழைகளுக்குத் தன் கணக்கில் உணவுப் பொருட்கள் கொடுக்குமாறு மளிகைக்காரனுக்கு அவள் எழுதிய பற்றுச்சீட்டுகள் அவை. பணம் கோரி அவற்றை அவளுக்கு அவன் அனுப்பியிருந்தான்.

"அடக் கடவுளே, இவ்வளவு அதிகமாக வாங்கியிருக்கிறார் களே! அவர்களுக்கு மனசாட்சியே இல்லையா?" என்றாள். சீட்டுக் களில் தான் எழுதியதை அவளால் புரிந்துகொள்ள முடியவில்லை. "அடேயப்பா, எண்பத்திரண்டு ரூபிள்! அதை நான் கொடுக்கா விட்டாலோ?"

"இன்று நான் பணம் கொடுத்து விடுகிறேன்" என்றான் லாப்தேவ்.

"எதற்காக, எதற்காக?" என்று பெருங்கிளர்ச்சியோடு சொன்னாள் நீனா ஃபியோதரவ்னா. "நீயும் ஃபியோதரும் ஒவ்வொரு மாதமும் எனக்கு 250 ரூபிள் கொடுத்து வருகிறீர்களே, அது போதாதா? உங்கள் இருவருக்கும் கடவுள் அருள் புரிவாராக" என்று வேலை யாட்கள் காதில் விழாதபடி மெதுவாகத் தொடர்ந்து சொன்னாள்.

"நான் மாதத்திற்கு இரண்டாயிரத்து ஐந்நூறு அல்லவா செலவு செய்கிறேன். அக்கா, உனக்கு மறுபடியும் சொல்கிறேன். பணத்தைச் செலவழிப்பதில் ஃபியோதருக்கும் எனக்கும் உள்ள அதே உரிமை உனக்கும் உண்டு. இதை நீ தெளிவாகப் புரிந்துகொள். நாமோ மூன்று பேர்தான்; எனவே, மூன்றிலொரு கோப்பெக் உன்னுடையது."

நீனாவுக்கு, இதைப் புரிந்துகொள்ள முடியவில்லை. முகத்தைப் பார்த்தால் அவள் சிக்கலான ஒரு கணக்குக்கு விடை காண முயல்வதுபோல் தென்பட்டது. இவ்விதம், பணம் பற்றிய விவகாரங்களில் அவள் எதையும் புரிந்துகொள்ள முடியவில்லை என்பது எப்போதுமே லாப்தேவுக்குப் பெரும் வருத்தத்தையுண்டாக்கியது. அவளுக்கும் கடன்கள் இருக்கும் என்றும், அவற்றைப் பற்றி வெளிப்படச் சொல்ல வெட்கங்கொண்டு, அவள் வேதனைப் படுகிறாள் என்றும் கூட அவன் ஐயப்பட்டான்.

மாடிப்படியில் காலடி ஓசையும் சிரமத்தோடு மூச்சுவிடுவதும் காதில் விழுந்தன. அது வைத்தியர்தான் – வழக்கம்போல் அவர் அலங்கோலமாகவே இருந்தார்.

"ரூ–ரூ–ரூ" என்று இசைத்தவாறு அவர் வந்து கொண்டிருந்தார்.

அவர் கண்ணில் படவேண்டாமென்று லாப்தேவ், உண்டியறை வழியாக வெளியேறித் தன் அறைக்குப் போய் விட்டான். வைத்தியருடைய வீட்டுக்கு அடிக்கடி போகவர விரும்பினாலும் கூட அவரோடு நெருங்கிப் பழக லாப்தேவால் முடியவில்லை. தவிரவும், அந்த 'மக்குப் பிண்டத்தை' – அவருக்குப் பனவூரவ் சூட்டிய பெயர் அதுதானே – அவனால் சகிக்க முடியவில்லை. யூலியா செர்கேயிவ்னாவை அவன் அடிக்கடி பார்க்க முடியாததற்கு அதுதான் காரணம். அவள் தந்தை வீட்டில் இல்லாத அந்தச் சமயத்தில், யூலியா செர்கேயிவ்னாவின் குடையை எடுத்துச் சென்றால், அவளைத் தனியே பார்க்கலாம் என்ற எண்ணம் அவன் மனத்தில் உதித்தது; இதயம் களி துள்ளியது. ஆம், அவன் விரைந்து செல்ல வேண்டும், தாமதிக்கக் கூடாது.

குடையை எடுத்துக்கொண்டு, உடல் படபடக்க, காதலெனும் இறக்கை கட்டிக் கனவேகமாகப் பறந்தான். வெளியில் ஒரே வெக்கை. இருபது பையன்கள் வைத்தியருடைய வீட்டின் பரந்த முற்றத்தில் பந்து விளையாடினர் – அப்பையன்கள் வைத்தியரின் வீட்டை யொட்டி அவர் கட்டியிருந்த வீடுகளில் வாழ்ந்து வந்தனர். ஒவ்வோர் ஆண்டும் வைத்தியர் அவ்வீடுகளைப் பழுதுபார்க்க வேண்டுமென்று சொன்னது தவிர எதுவும் செய்யவில்லை. குழந்தைகளின் குரல்கள் காற்றில் கணீரென்று ஒலித்தன. முற்றத்தின் ஒரு கோடியில், வாயிலுக்குப் பக்கமாக நின்றாள் யூலியா செர்கேயிவ்னா. முதுகுக்குப் பின்புறமாகக் கைகளை வைத்தபடி, விளையாட்டைப் பார்த்துக் கொண்டிருந்தாள்.

"வணக்கம்!" என்று லாப்தேவ் சொன்னான்.

யூலியா செர்கேயிவ்னா திரும்பியதும் அவள் முகத்தைப் பார்த்தான். வழக்கமாக அவள் முகத்தில் கலகலப்பிருக்காது; அசிரத்தைத்தான் நிறைந்திருக்கும் அல்லது அவன் முந்திய நாள் பார்த்ததுபோல் அயர்வு தென்படும். ஆனால், அன்றைய தினமோ, அவளைச் சுற்றியிருந்த சிறுவர்களின் முகங்கள் போல, அதில் உற்சாகமும் பூரிப்பும் தவழ்ந்தன.

“மாஸ்கோவில், இந்த மாதிரிக் குஷியான விளையாட்டுகளை நீங்கள் பார்க்க முடியுமா?” என்று கூறிக்கொண்டே அவனை வரவேற்க முன்வந்தாள். “அங்கே முற்றங்களெல்லாம் ரொம்பச் சிறியவை; ஓடியாட இடமில்லை. அப்பா இப்பொழுதுதான் உங்கள் வீட்டுக்குப் போயிருக்கிறார்” என்று சிறுவர்களைப் பார்க்கத் திரும்பிக்கொண்டே சொன்னாள்.

“எனக்குத் தெரியும். நான் வந்திருப்பது உங்களைப் பார்க்க அவரையல்ல” என்று லாப்தேவ், அவளது புத்திளமையை வியந்து நோக்கியவாறு பதிலளித்தான். இந்த இளமைத் தளதளப்பை அவன் அதற்கு முன்பு கவனித்ததில்லை; இன்றுதான் அது அவனெதிரே வெளிப்பட்டது போலத் தோன்றியது. தங்கச்சங்கிலி அழகு செய்த அவளது மெல்லிய வெண்கழுத்தை அப்பொழுதுதான் முதல் முறையாகப் பார்ப்பது போலிருந்தது. “நான் வந்தது உங்களைப் பார்க்கவே...” என்றான் திரும்பவும். “இதோ உங்கள் குடை. இதை உங்களிடம் கொடுக்கும்படி என் அக்காள் சொன்னாள். நேற்று, நீங்கள் அதை மறந்துவிட்டீர்கள்.”

குடையைப் பெறுவதற்காக அவள் கையை நீட்டினாள்; ஆனால், அவன் திடீரென்று அதைத் தன் மார்போடு வைத்து அழுத்திக்கொண்டான்.

“இதை, நான் வைத்திருக்கிறேனே!” என்று உணர்ச்சி ததும்பச் சொன்னான். முன்னாள் மாலையில் அந்தக் குடையை விரித்தபோது, தான் அனுபவித்த இனந்தெரியாத புதிய இன்பத்தில் மீண்டும் ஆழ்ந்துபோய்ப் பேசினான். “உங்கள் நினைவாக.... நமது நட்புக்கு அடையாளமாக இதை வைத்துக்கொள்வேன். இது அவ்வளவு அற்புதமானது.”

“விரும்பினால் வைத்துக்கொள்ளுங்கள்” என்று அவள் வெட்கத்தால் கன்னம் சிவக்கக் கூறினாள். “ஆனால், அது அப்படி ஒன்றும் அற்புதமானதில்லையே.”

அவன் பேச இயலாமல் திணறி, அவளை அன்போடு பார்த்தான்.

அவளோ சிறிது நேரம் மௌனமாயிருந்தாள். பிறகு சிரித்துக் கொண்டு, "அடக் கடவுளே, இந்த எரிக்கும் வெய்யிலில் நீங்கள் ஏன் இவ்வளவு நேரம் நிற்க வேண்டும்? உள்ளே வாருங்கள்" என்றாள்.

"உங்களுக்குத் தொந்தரவாயிராதே?"

இருவரும் உள்ளே சென்றார்கள். யூலியா செர்கேயிவ்னா மாடிக்கு ஓடினாள்; நீலப்பூப்போட்ட அவளுடைய வெண்ணிற உடை சரசரத்தது.

"எனக்குத் தொந்தரவு கொடுப்பதென்பது முடியாத காரியம்" படிக்கட்டுகளில் நின்றவாறு அவள் கூறினாள். "ஏன் தெரியுமா? நான் எப்போதுமே ஒன்றும் செய்வதில்லை. தினந்தோறும், காலையி லிருந்து மாலைவரை எனக்கு விடுமுறைதான்."

அவளைத் தொடர்ந்து சென்று, "இதை என்னால் புரிந்து கொள்ள முடியவில்லை. அன்றாடம் உழைத்துப் பிழைக்கும் ஆண், பெண்கள் மத்தியில் வளர்ந்தவன் நான். அதனால்தான்" என்று அவன் சொன்னான்.

"வேலை ஒன்றுமில்லாவிட்டால், என்ன செய்வது?" அவள் கேட்டாள்.

"தானாக உழைப்பது இன்றியமையாதது என்னும் நிலைமை ஏற்படுமாறு வாழ்க்கையை ஒழுங்குபடுத்திக்கொள்ள வேண்டும். உழைப்பு இல்லாமல், தூய்மையான இன்ப வாழ்க்கை அசாத்தியம்."

மீண்டும் அவள் குடையைத் தழுவிக்கொண்டு, "நீங்கள் மட்டும் என் மனைவியாக இருக்க இசைந்தால், எனக்குரியதையெல்லாம் கொடுத்து விடுவேன். ஒவ்வொன்றையும்... உங்களுக்காக எந்தத் தியாகத்தையும் நான் செய்யத் தயார்" என்று திடீரென்று மெதுவாகக் கூறினான். தன் குரல் மற்றொருவனின் குரல்போல் அவனுக்குத் தெரிந்தது.

அவள் திடுக்கிட்டுப்போய் அவனைப் பார்த்தாள். அப்பார்வை யில் அச்சமும் ஆச்சரியமும் கலந்திருந்தன.

"இல்லை! அது முடியவே முடியாது, நிச்சயமாக முடியாது. என்னை மன்னிக்க வேண்டும்" என்றாள். அவள் முகம் வெளிறி விட்டது.

அவள் மேலாடை சரசரக்கப் படிக்கட்டுகளின் மேல் பாய்ந்து விரைந்து ஓடி, கதவின் பின்னால் மறைந்துவிட்டாள்.

அதன் பொருள் என்ன என்பதை லாப்தேவ் உடனே புரிந்து கொண்டான். அவன் ஆத்மாவின் விளக்கு அணைந்து விட்டது போல் ஓர் உணர்ச்சி ஏற்பட்டு அவன் மனோநிலை சட்டென்று மாறியது. விரைவாக வீட்டைவிட்டு வெளியேறினான்; தான் ஏற்கத் தகாதவன், விரும்பத்தகாதவன், அருவருக்கத்தக்கவன், ஒருக்கால் மற்றவர்கள் விலகி ஓடும் அளவுக்கு அசிங்கமானவன் கூட, என எண்ணி, வெட்கமும் அவமானமும் உள்ளத்தை அரிக்க அவன் அங்கிருந்து விரைந்தான்.

"எனக்குரியதையெல்லாம் கொடுத்து விடுவேன்" என்று தான் கூறியதை எண்ணி, அதற்காகத் தன்னையே பரிகாசம் செய்து கொண்டு, தகிக்கும் வெய்யிலில் வீட்டைநோக்கி நடந்தான். "எல்லா வற்றையும் கொடுத்துவிடுவேனாம். சரியான வியாபாரியப்பா நீ! யாருக்கப்பா வேண்டும் உனக்கு உரியதெல்லாம்!"

அவன் சொன்ன ஒவ்வொன்றும் வெறுத்து ஒதுக்கத்தக்க அளவுக்கு மூடத்தனமாய்ப்பட்டது. அன்றாடம் உழைத்துப் பிழைக்கும் மக்களின் மத்தியில் வளர்ந்ததாக அவன் ஏன் பொய் சொன்னான்? தூய்மையான இன்ப வாழ்வைப் பற்றி அவன் ஏன் நீதி போதனை செய்ய வேண்டும்? அது மூடத்தனமான, சுவையற்ற பொய். ஆயினும், கடுமையான தீர்ப்புக் கூறப்பட்ட பிறகு குற்றவாளியின் மனோநிலை இருப்பதைப் போலக் கொஞ்சம் கொஞ்சமாக அவன் மனோநிலை மாறியது; எதிலும் சிரத்தை யில்லாதவனாகிவிட்டான். இப்போது, எல்லாம் முடிவடைந்து, பயங்கரமான நிச்சயமின்மை நீங்கிவிட்டது; எல்லாம் தெளிவாகி விட்டது. அவனுக்கு இனி இன்பம் என்பது கிடையாது; விருப்பங்கள் இல்லை, அருவருப்பையூட்டிய அலுப்பைத் தவிர்ப்பதற்காக, மற்றவர்களின் இன்பத்தைப் பற்றிக் கவலைப்பட்டுத் தன் நேரத்தைத் தள்ளிவிடலாம். தான் அறியாமல் முதுமை வந்துவிடும். அப்போது எல்லாம் ஒன்றுதான். இப்போதோ, அவன் எதைப் பற்றியும் கவலைப்படவில்லை, எதைப் பற்றியும் அவனால் ஆவேசமின்றிச் சிந்திக்க முடிந்தது; இருந்தும்கூட அவன் முகத்தில், அதிலும் விழிகளில் விசித்திரமான சோகம் நிழலாடியது. அவன் நெற்றியோ, ரப்பர்போல விரைப்பாயிருந்தது. கண்ணீர் பீறிக்கொண்டு வெளி வந்து விடும் போலிருந்தது. நொடிந்து, வலுவற்றுப் படுக்கை மீது சாய்ந்தவன், ஐந்தே நிமிடங்களில் உறக்கத்தில் ஆழ்ந்துவிட்டான்.

3

எதிர்பாராத விதமாகத் திருமணத்தைப் பற்றி லாப்தேவ் பேசியது யூலியா செர்கேயிவ்னாவை அதிகமான துயரத்திற்குள்ளாக் கியது.

லாப்தேவைப் பற்றி அவளுக்கு ஒன்றும் அதிகமாகத் தெரியாது; அவனைக் கண்டதும் கூடத் தற்செயலாகத்தான். அவன் ஒரு பணக்காரன், 'ஃபியோதர் லாப்தேவும் பிள்ளைகளும்' என்னும் பிரபலமான மாஸ்கோ கம்பெனியில் ஒரு பங்காளி, எப்போதும் சிந்தனைக் குறியோடு, பார்வைக்குக் கெட்டிக்காரனாக, தன் தமக்கையின் நலத்தைப் பற்றிப் பெரிதும் கவலை கொண்டவனாக இருந்தான். அவன் தன்னைக் கவனிக்கவில்லை என்று அவள் எண்ணியிருந்தாள்; தானும் அவனைப் பற்றிக் கிஞ்சித்தும் கவலைப் படாமல் இருந்தாள்... அப்படியிருக்கப் படிக்கட்டின் மேல் அவன் பேசிய பேச்சு, இரங்கத்தக்க, வியப்பு நிறைந்த அவன் முகத்தோற்றம்... என்ன ஆச்சரியம்!

இவையெல்லாம் திடீரென்று நடந்ததும், அவன் 'மனைவி' என்னும் சொல்லை உபயோகித்ததும், அவன் யோசனையை அவள் மறுக்கும்படி நேர்ந்ததுமே அவளைத் திகைப்புறச் செய்தன. அவனிடம் என்ன சொன்னாள் என்பது அவளுக்கு நினைவில்லை; ஆனால், அவள் மனத்தில் தோன்றிவிட்ட வெறுப்புணர்ச்சி இன்னும் இருந்துகொண்டேயிருந்தது. அவனை அவள் விரும்பவும் இல்லை, வியாபாரியைப் போலத் தோன்றினான் அவன்; அவள் மனத்தைக் கிஞ்சித்தும் அவன் கவரவில்லை; அதனால்தான், அவள் அவனை ஏற்றுக்கொள்ள முடியவில்லை; என்றாலும், ஏதோ பொல்லாதது செய்தது போன்ற உணர்ச்சி அவளைத் துன்புறுத்தியது.

தன் படுக்கைக்குமேல் தொங்கிய சிறிய புனிதப் படத்தின் பால் திரும்பியபடி, "படிக்கட்டின் மீது நின்று, அறைக்குள்கூட வராமல், அடக் கடவுளே" என்று விரக்தியோடு தனக்குள்ளேயே சொல்லிக்கொண்டாள். "காதல் செய்யாமலே, அதுவும் விசித்திரமான வழக்கமற்ற முறையில்..."

தனியாக இருந்ததால், அவளது மனக்குழப்பம் மணிதோறும் பெருகிக்கொண்டேயிருந்தது; யாரேனும் ஒருவரிடம் இது பற்றிப் பேசித்தான் ஆகவேண்டும், அவள் செய்தது சரியே என்பதை உறுதிப்படுத்தியாக வேண்டும் என்று அவளுக்குத் தோன்றியது. ஆனால், யாரிடம் பேசுவது? அவள் தாய் இறந்து நெடுங்காலமாகி விட்டது; தந்தையாரை ஒரு விசித்திரமான மனிதரெனக் கருதினாள்; அவரோடு முக்கியமான விஷயங்களைப் பற்றிப் பேச முடியாது. அவருடைய சபலபுத்தியும் புரியாத சைகைகளும் அவளுக்கு எரிச்சலை உண்டாக்கின. தவிரவும் அவள் எதைப் பற்றி அவரிடம் பேசினாலும் சரி, அவர் தம்மைப் பற்றியே பேசத் தொடங்கி விடுவார். அவள் தன் பிரார்த்தனையில்கூட எதையும் மனம்விட்டுக்

கூறவில்லை; காரணம், கடவுளிடமிருந்து எதைக் கேட்பது என்று அவளுக்குத் தெரியவில்லை.

சமோவார் கொண்டுவரப்பட்டது. யூலியா செர்கேயிவ்னா, மிகவும் வெளுத்துக் களைத்த தோற்றத்துடன் உண்டியறைக்குள் வந்து, தேநீர் தயாரித்தாள் – அவளது அன்றாடக் கடமை அது; பிறகு, ஒரு தம்ளரில் அதை ஊற்றித் தந்தையாருக்குக் கொடுத்தாள். செர்கேய் பரீசவிச், தம் கைகளைப் பைகளுக்குள் செருகியபடி, கூண்டிலடைத்த விலங்குபோல உண்டியறைக்குள் நடையிட்டுக் கொண்டிருந்தார். அவரது நீண்ட கோட்டு முழங்கால்களுக்குக் கீழ் தொங்கியது; முகம் சிவந்திருந்தது; கேசம் குலைந்திருந்தது. இடையிடையே மேசைக்கருகில் நின்று இரைச்சலோடு தேநீரை உறிஞ்சிவிட்டு, தன்னை மறந்த லயத்தில் மறுபடியும் நடப்பார்.

"தன்னை மணந்து கொள்ளும்படி லாப்தேவ் என்னிடம் கேட்டார்" என்று சொல்லி யூலியா செர்கேயிவ்னா நாணி நின்றாள்.

வைத்தியர் அவளை ஒருக்களித்துப் பார்த்தார்; அவர் புரிந்து கொண்டதாகத் தெரியவில்லை.

"லாப்தேவா? நீனாவின் தம்பியா?" என்று கேட்டார்.

தம் மகளை அவர் பெரிதும் நேசித்தார். என்றாவது ஒருநாள் அவள் திருமணம் செய்துகொண்டு தம்மை விட்டுப் போய் விடுவாள் என்பதையும் அவர் அறிந்திருந்தார். என்றாலும் அதைப் பற்றி நினைக்காமலே இருக்க முயன்றார். இந்தப் பெரிய வீட்டில், தன்னந் தனியாக வசிக்க நேருமே என்னும் நினைவு அவரைப் பயமுறுத்தியது. அப்படி வாழ நேர்ந்தால், ஏதேனும் ஒருநாள் வலிப்பு நோயினால் இறக்கலாம் என்று மனத்தில் அவர் திடமாக நம்பினார்.

"அப்படியா, ரொம்ப சந்தோஷம்" என்று சொல்லித் தம் தோள்களைக் குலுக்கினார் வைத்தியர். "மனதார உன்னை வாழ்த்து கிறேன். இப்போது என்னை விட்டுப் போக உனக்கு அற்புதமான வாய்ப்புக் கிடைத்திருக்கிறது. நீ செய்யப்போவது சரிதான். கிழட்டுக் கட்டையோடு, நோய் பிடித்த, அரைப் பைத்தியமான ஒரு பிறவி யோடு ஒரு இளம்பெண் வாழ்வதென்பது மிகக் கடினந்தான். நீ செய்யப்போவது ரொம்பச் சரியான காரியம். நான் சீக்கிரமாகச் செத்துத் தொலைந்தால், என்னைச் சைத்தான் அழைத்துக்கொண்டால் எல்லோரும் சந்தோஷப்படுவார்கள். கண்ணே, உன்னை வாழ்த்து கிறேன்."

"நான் அவனை ஏற்க மறுத்துவிட்டேன்."

வைத்தியருக்குப் பெருஞ்சுமை நீங்கியது போல் தோன்றியது; ஆனாலும், அவர் தம்மை அடக்கிக்கொள்ள முடியவில்லை.

"இன்னும் என்னை ஏன் பைத்தியக்கார ஆஸ்பத்திரியில் தள்ளாமலிருக்கிறார்கள் என்பது எனக்கு ஆச்சரியமாகவே இருக்கிறது" என்று தொடர்ந்து பேசினார். "பைத்தியங்களுக்குப் போடும் இறுக்கமான கோட்டை அணிவதை விட்டு இந்தக் கோட்டை அணிந்திருக்கிறேன்? உண்மையிலும் நன்மையிலும் எனக்கு இன்னும் நம்பிக்கையுண்டு; நான் முட்டாள்தனமான இலட்சியவாதி. இந்தக் காலத்தில் அது பைத்தியக்காரத்தனமில்லையா? என்னுடைய உண்மைக்கும் நேர்மைக்கும் கிடைக்கும் பலன் என்ன? கிட்டத்தட்டக் கல்லடி படுவதுதான். ஜனங்கள் என்னை நன்றாகக் குதிரையேறுகிறார்கள். நான் கேடு கெட்ட கிழட்டு முட்டாள். மிகவும் நெருங்கிய உறவினர்கள்கூட, என்மீது குதிரையேறுகிறார்கள்..."

"உங்களோடு பேசுவதே முடியாத காரியம், அப்பா!" என்றாள் யூலியா.

அவள் சரேலென்று கிளம்பி, சினம்பொங்கத் தன் அறைக்குச் சென்றுவிட்டாள். எத்தனையோ தடவை நியாயமற்ற முறையில் அவர் அவளிடம் நடந்துகொண்டிருந்தார். ஆயினும்கூட அவள் விரைவில் அவருக்காக மனம் வருந்தி, அவர் கிளப்புக்குப் போகும்போது, கீழ்க்கட்டுவரை அவருடன் சென்று, கதவைத் தானே சாத்தினாள். அது மோசமான, அமைதியற்ற இரவு, காற்றின் தாக்குதலால் கதவு அதிர்ந்தது; முன்னறையிலும்கூடக் காற்று பலமாக வீசியது. மெழுகுவர்த்தி அணைந்துவிடும் போலிருந்தது. மாடியில் தன்னுடைய அறைகள் அனைத்திற்கும் போய் சன்னல்கள், கதவுகள் எல்லாவற்றிலும் சிலுவைக் குறியிட்டாள். காற்று ஊளையிட்டது. கூரைமீது யாரோ நடக்கும் சப்தம் காதில் விழுந்ததாகத் தெரிந்தது. பொழுதோ நகரவில்லை; அவ்வளவு தனிமையை அவள் ஒருபோதும் உணர்ந்ததேயில்லை.

லாப்தேவின் தோற்றம் தனக்குப் பிடிக்காத ஒரே காரணத்திற்காக அவனை மறுத்தது சரிதானா என்று அவள் தன்னைத் தானே கேட்டுக்கொண்டாள். அவள் அவனைக் காதலிக்கவில்லை என்பது உண்மைதான்; அவனை மணப்பது என்றால் கனவுகளையெல்லாம் காற்றில் பறக்கவிட வேண்டியதுதான்; இன்பத்தையும் மண வாழ்க்கையையும் பற்றித் தான் கட்டிய மனக்கோட்டைகளை எல்லாம் தகர்த்துவிட வேண்டியதுதான்; ஆனால், அவள் கனவு காணும் அந்த மனிதனை என்றேனும் சந்திப்பாளா? அவளுக்கோ இருபத்தொரு வயதாகிவிட்டது. நகரத்திலோ மணக்கத்தக்க ஆடவர் எவருமில்லை. அரசாங்க அலுவலர்கள், ஆசிரியர்கள், இராணுவ

அதிகாரிகள் என்று தனக்குத் தெரிந்த எல்லா ஆடவர்களையும் எண்ணிப் பார்த்தாள்; அவர்களில் சிலர் முன்னமே திருமணமாகி, நம்ப முடியாத அளவுக்கு மந்தமான வறட்டுக் குடும்ப வாழ்க்கை நடத்தி வந்தனர்; மற்றவர்களோ கவர்ச்சியின்றி, மூடத்தனமாய் அல்லது ஒழுக்கங்கெட்டு இருந்தனர். என்ன இருந்தாலும், லாப்தேவ் மாஸ்கோவாசி; பல்கலைக்கழகப் பட்டம் பெற்றவன்; மேலும் பிரெஞ்சு மொழியும் பேசுகிறான். அறிவுள்ள, வியக்கத்தக்க மனிதர்கள் பலர் வசித்த தலைநகரில் வாழ்கிறான்; அங்கே வாழ்க்கை ஒரே இன்பமயம்; அற்புதமான நாடகசாலைகள், இசைக்கச்சேரிகள், வெகு நேர்த்தியான தையற்காரர்கள், மிட்டாய்க் கடைகள், இன்னும் ஏதேதோ... மனைவியானவள் கணவனிடம் காதல் கொண்டிருக்க வேண்டும் என்று பைபிள் கூறுகிறது; நாவல்கள் காதலைப் பற்றி நிரம்பப் பேசுகின்றன; என்றாலும் அதெல்லாம் ஒருக்கால் மிகைப் படுத்தப்படுகிறது போலும். காதல் இல்லாமல் மணம் என்பது சாத்தியமில்லையா? ஆசை அறுபது நாள் மோகம் முப்பது நாள், எஞ்சியிருப்பது பழக்கம் ஒன்றுதான்; திருமணத்தின் நோக்கம் காதலுமல்ல, இன்பமுமல்ல; குழந்தை வளர்ப்பது, குடும்பம் நடத்துவது போன்ற கடமைகள்தாம் என்று மக்கள் சொல்வ தில்லையா? பைபிள் கூறும் காதல் என்பதற்கு ஒருவேளை மரியாதை, பொறுமை, அண்டை அயலாரைப் போலக் கணவனை நேசித்தல் என்றே பொருளிருக்கக் கூடும்.

படுக்கைக்குப் போகுமுன், மாலைப் பிரார்த்தனையை அவள் ஊன்றிப் படித்தாள்; முழந்தாள்படியிட்டுத் தன் கைகளை மார்போடு சேர்த்துக் கட்டிக்கொண்டு புனிதப் படத்திலிருந்த மெழுகுவர்த்தியின் ஜ்வாலையை நோக்கிய வண்ணம், “புனிதத் தாயே! எனக்கு உதவி செய்! கடவுளே! எனக்கு உதவி செய்!” என்று உணர்ச்சியோடு வேண்டிக்கொண்டாள்.

தான் சந்திக்க நேரிட்ட கிழப் பருவமெய்திய கன்னிகளை எண்ணிப் பார்த்தாள்; அவர்கள் ஒருகாலத்தில் வலுவில் வந்த திருமணத்தை மறுத்துவிட்டு, பாவம், பிறகு மனங்கசந்து தம்மையே நொந்துகொண்டனர். அதேநிலை அவளுக்கும் கூட ஏற்பட்டு விடாதா? ஒருவேளை, அவள் கன்னி மாடத்திற்குச் செல்ல நேருமோ? அல்லது நர்ஸாக ஆகித்தீர வேண்டுமோ?

அவள் ஆடை மாற்றிக்கொண்டு தன்மீதும் தன்னைச் சுற்றிலும் சிலுவைக் குறியிட்டு விட்டுப் படுக்கையில் படுத்தாள். அந்தச் சமயத்தில் நடை அறையில் மணியடிக்கின்ற ஓசை பலமாகக் கேட்டது.

அந்த ஓசையைக் கேட்டதும் வேதனையுற்று நடுங்கிப்போய், "அடக் கடவுளே!" என்றாள். நாட்டுப்புற வாழ்க்கை எவ்வளவு மந்தமாகவும் அலுப்புத் தட்டுவதாகவும் இருக்கிறது, அதே பொழுதில் எவ்வளவு எரிச்சலூட்டுவதாகவுமிருக்கிறது என்றெல்லாம் நினைத்த வளாய், அசைவற்றுக் கிடந்தாள். திடுக்கிடச் செய்யவோ அல்லது அச்சுறுத்தவோ நிதானத்தை இழக்கச் செய்யவோ அல்லது ஏதோ ஒன்றைப் பற்றிக் குற்றவுணர்வு உறுத்துமாறு செய்யவோ கூடிய சம்பவங்களுக்கு இங்கு குறைவேயில்லை; கடைசியில் நரம்பு களெல்லாம் தளர்ந்து போகின்றன; அதனால், சில சமயம் போர்வையின் கீழ் படுத்துக்கொண்டு சுற்றிலும் பார்க்கவே அச்சமாக இருக்கும்.

அரைமணிக்குப் பிறகு மணி முன்போலவே பலமாக அடித்தது. பணியாட்கள் உறங்கியிருக்க வேண்டும்; அதனால் அது அவர்கள் காதில் விழவில்லை. யூலியா செர்கேயிவ்னா மெழுகுத்திரியை ஏற்றினாள்; பணியாட்கள்மீது கோபங்கொண்டு, உடலெல்லாம் நடுநடுங்க, விரைவாக உடையுடுத்தினாள்; ஆனால், அவள் நடை யறைக்குள் சென்றபோது, வேலைக்காரி கதவைத் தாழிட்டுக் கொண்டிருந்தாள்.

"அது ஐயாவாக்கும் என்று நினைத்தேன். ஆனால், அவரில்லை; யாரோ அவரைத் தேடி வந்திருந்தார்" என்றாள் அவள்.

யூலியா செர்கேயிவ்னா தன் அறைக்குத் திரும்பிச் சென்று விட்டாள். மேசையின் செருகு அறையிலிருந்து சீட்டுக்கட்டு ஒன்றை எடுத்தாள்; சீட்டுக்களையெல்லாம் நன்றாகக் கலைத்து வெட்டும் போது, அடியில் சிவப்புச் சீட்டு இருந்தால் ஆம் என்று பொருள்– அதாவது தான் லாப்தேவை மணக்க வேண்டும்; ஆனால், அது கறுப்புச் சீட்டாக இருந்தால், இல்லை என்பதே முடிவு என்று தனக்குள்ளே கூறிக்கொண்டாள். அடிச்சீட்டு இஸ்பேடுப் பத்தாக இருந்தது.

இது அவளுக்கு அமைதியளித்தது; நல்ல உறக்கத்தில் ஆழ்ந்தாள். ஆயினும், காலையில் மறுபடியும் ஆமா அல்லது இல்லையா எனத் தெரியாத நிலையில்தான் இருந்தாள். விரும்பினால் இப்போது தன் வாழ்க்கையையே முழுக்கவும் மாற்றிவிடலாம். இதைப் பற்றியே எண்ணி எண்ணிக் களைத்துப்போய், இறுதியில் ஜுரம் வந்தவள் போலாகி விட்டாள். ஆனால், பதினொரு மணிக்குப் பிறகு, அவள் உடை மாற்றிக்கொண்டு நீனா ஃபியோதரவ்னாவைக் காணச் சென்றாள். லாப்தேவையும் காண விரும்பினாள். ஒருவேளை, முன்பிருந்ததைவிடச் சிறந்தவனாக அவன் அவளுக்குத் தோன்றக் கூடும். அவளும் அவனைப் பற்றி ஒருவேளை தப்பாகக் கருதியிருக் கலாமல்லவா?

காற்றை எதிர்த்துப் போராடியபடி, தொப்பியை இரு கைகளாலும் பற்றிக்கொண்டு, புழுதி கண்ணை மறைக்க நடந்தாள்.

4

எதிர்பாராத வகையில் தமக்கையின் அறையில் யூலியா செர்கேயிவ்னாவைக் கண்டதும், அதற்கு முதல்நாள் லாப்தேவ் அனுபவித்த அதே கசப்பான அவமான உணர்ச்சி அவனைப் பிடுங்கித்தின்றது. இதெல்லாம் நிகழ்ந்த பிறகும், எவ்விதக் கூச்சமு மில்லாமல் தன் தமக்கையைக் காண அவ்வளவு அலட்சியமாக அவள் வருவதென்றால், அவனை அவள் பொருட்படுத்தவில்லை அல்லது அவனைப் பற்றி மிக மிக இழிவாகக் கருதுகிறாள் என்று பொருள்படும். ஆனால், அவளுடன் கைகுலுக்கியபோது, அவளது வெளுத்த முகத்தையும் கண்களுக்கு அடியில் படிந்திருந்த புழுதியையும் கண்டான்; துயரம் தோய்ந்த, குற்றமுள்ள அவள் பார்வையிலிருந்து அவளுங்கூடத் துன்புற்றிருந்தாள் என்பதைப் புரிந்துகொண்டான்.

அவளுக்கு உடம்பு சரியில்லை, பத்து நிமிஷம் மாத்திரம் அங்கிருந்துவிட்டு, எழுந்து விடை பெற்றுக்கொண்டாள்.

வெளியேறியபோது, “அலெக்ஸேய் ஃபியோதரவிச், என்னுடன் வீடுவரை வருகிறீர்களா?” என்று கேட்டாள்.

தொப்பிகளைப் பலமாகப் பிடித்துக்கொண்டு இருவரும் மௌனமாக நடந்தனர். காற்று அவளைத் தாக்காது தடுப்பதற் காக அவன் கொஞ்சம் பின்தங்கியே சென்றான். பக்கத்துத் தெருவில் அவர்கள் திரும்பியபோது, காற்றின் வேகம் குறைந்து அவளுக்குப் பக்கத்திலேயே நடந்தான்.

“நேற்று உங்களிடம் கடுமையாக நடந்துகொண்டேன்; அதற்காக என்னை மன்னிக்கவும்” என்று அவள் பேச்சைத் துவங்கினாள்; அழுது விடுவாளோ என்று நினைக்குமளவிற்கு அவள் குரல் தழுதழுத்தது. “நான் எவ்வளவு வேதனைப்படுகிறேன், தெரியுமா! இரவு முழுவதும் நான் தூங்கவில்லை.”

“உண்மையாகவா? நானோ மிக நன்றாய்த் தூங்கினேன்” என்றான் லாப்தேவ், அவளைப் பார்க்காமலேயே. “ஆனால், நான் சந்தோஷமாய் இருக்கிறேன் என்று அதற்கு அர்த்தமல்ல, என் வாழ்க்கை பாழாகிவிட்டது. நேற்று முதல், எனக்கு யாரோ நஞ்சைக் கொடுத்து விட்டது போன்ற உணர்ச்சி என்னை வதைக்கிறது.

மோசமானதெல்லாம் நேற்றோடு முடிந்துவிட்டது; உணர்ச்சிகளை அடக்கி அமுக்க வேண்டுமென்ற உணர்வு இன்று எனக்கில்லை; உங்களிடம் மனம் விட்டுப் பேச முடியும். என் சகோதரியைக் காட்டிலும், என் தாயை விடக்கூட அதிகமாக உங்களை நேசிக் கிறேன்... என் சகோதரியோ தாயோ இல்லாமல் என்னால் வாழ முடியும். ஆனால், நீங்கள் இல்லாமல் என் வாழ்க்கை பொருளற்றது; என்னால் வாழவே முடியாது...''

வழக்கம் போலவே, அவள் உத்தேசம் என்னவென்பதை அவன் ஊகித்துக்கொண்டான். முந்திய தினம் நடந்த உரையாடலைத் தொடர விரும்பித்தான், தன்னுடன் வீடுவரை வரும்படி அவள் கேட்டாள் என்பதையும் தன் வீட்டிற்குத்தான் அவனை இட்டுச் செல்கிறாள் என்பதையும் அறிந்துகொண்டான். ஆனால், அவள் மறுத்ததற்குப் பிறகு புதிதாக என்னதான் சொல்லக்கூடும்? இப்போது, என்னதான் அவள் நினைத்திருக்கிறாள்? அவளுடைய பார்வை களால், புன்சிரிப்பால், தன் பக்கமாக நடக்கும்போது, அவள் தலையையும் தோள்களையும் நிமிர்த்தி நடந்த தோரணையால்கூட, தன்னை இன்னும் அவள் காதலிக்கவில்லை என்பதை உணர்ந்து கொண்டான். அவ்வாறாயின், அவனிடம் சொல்வதற்கு அவளுக்கு என்னதான் இருக்கக்கூடும்?

வைத்தியர் செர்கேய் பரீசவிச் வீட்டில் இருந்தார்.

“வாருங்கள், ஃபியோதர் அலெக்ஸேயிச், வாருங்கள்! தங்களைப் பார்ப்பதில் எனக்கு ரொம்ப மகிழ்ச்சி'' என்று லாப்தேவின் பெயரையும் தந்தைவழிப் பெயரையும் குழப்பிக்கொண்டு கூறினார்.

வைத்தியர் அதற்கு முன்பு இவ்வளவு அன்பாக ஒருபோதும் இருந்ததில்லை; அதனால், தான் திருமணத்தைப் பற்றிப் பேசியது அவருக்குத் தெரியும் என்று லாப்தேவ் புரிந்துகொண்டான்; இது அவனுக்குப் பிடிக்கவில்லை. இம்முறை விருந்தினர் அறையில் அமர்ந்திருந்தான்; பொலிவிழந்த ஆடம்பரமான மேசை நாற்காலி களும் மட்டரகமான ஓவியங்களும் நிறைந்த விசித்திரமான அறை அது. பெரிய மூடி விளக்குகளும் சாய்வு நாற்காலிகளும் இருந்த போதிலும், அது ஒரு பரந்த களஞ்சியம் போலக் காணப்பட்டதே தவிர, வாழ்வதற்கேற்ற அறையாகத் தோன்றவில்லை. வைத்தியரைப் போன்ற ஒருவர்தான் அந்த மாதிரியான அறையில் வசதியாக இருக்க முடியும். கூடம் என்று அழைக்கப்பட்ட அடுத்த அறை அதைப்போல் அளவில் கிட்டத்தட்ட இரண்டு மடங்கு பெரியது. அங்கே, நடன வகுப்பறையில் இருப்பது போலச் சுவர்களை ஒட்டி வரிசையாக வைத்திருந்த நாற்காலிகளைத் தவிர வேறு எதுவும் கிடையாது. தன் சகோதரியைப் பற்றி வைத்தியரிடம் லாப்தேவ்

பேசிக் கொண்டிருந்தபோது, ஒரு சங்கடமான எண்ணம் தோன்றி அவனை வருத்தியது. மனத்தை மாற்றிக்கொண்டு விட்டதாகத் தன்னிடம் தெரிவிக்கும் ஒரே நோக்கத்துடன்தான், தன் சகோதரியைக் காண வந்து, பிறகு தன்னையும் இங்கு யூலியா அழைத்து வந்தாளோ என்று எண்ணினான். எத்தனை கொடுமையான எண்ணம் அது! ஆனால், அத்தகைய ஐயப்பாடு தன் மனதுக்குள் புகுந்துவிடக் கூடும் என்பதுதான் அதைவிடக் கொடுமையானது. தந்தையும் மகளும் இரவில் நெடுநேரம்வரை இது பற்றி உரையாடி, காரசாரமாக வாதிட்டு, கடைசியாக ஒரு செல்வந்தனை யூலியா மறுத்துவிட்டது முட்டாள்தனம் என்ற முடிவுக்கு வந்திருப்பார்கள் என்று அவன் கற்பனை செய்து கொண்டான். அத்தகைய சந்தர்ப்பங்களில் பெற்றோர்கள் வழக்கமாகச் சொல்லும் வார்த்தைகள் கூட அவன் காதுகளில் ஒலித்தன:

"நீ அவனைக் காதலிக்கவில்லை என்பது உண்மைதான். ஆனால், அவன் பணத்தால் நீ எத்தனை நன்மை செய்யக்கூடும். யோசித்துப் பார்!"

வைத்தியர் நோயாளிகளைப் பார்க்கப் புறப்பட்டார். லாப்தேவும் அவருடன் செல்ல விரும்பினான். "போக வேண்டாம், உங்களைக் கேட்டுக்கொள்கிறேன்" என்றாள் யூலியா செர்கேயிவ்னா.

அவள் மனம் அவள் வசமில்லை. கனிவும் கண்ணியமும் நிறைந்த ஒருவனை, தன்னைக் காதலித்தவனைத் தான் விரும்ப வில்லை என்ற ஒரே காரணத்தினால் மணக்க மறுப்பது நன்றல்ல; கவர்ச்சியற்ற, சலிப்பூட்டும் தன் சோம்பல் வாழ்க்கையை மாற்றிக் கொள்ள இத்திருமணம் நல்ல வாய்ப்பாகும். தன் இளமையோ போய்க்கொண்டிருக்கிறது, எதிர்காலமோ ஒன்றும் துளி துலங்குவ தாக இல்லை; இந்தச் சந்தர்ப்பத்தில் திருமணத்தை மறுப்பது பைத்தியக்காரத்தனம். மூடத்தனமான மனச்சபலம். அதற்காகக் கடவுள் தன்னைக் கட்டாயம் தண்டிக்கலாம் என்றெல்லாம் அவள் எண்ணினாள்.

வைத்தியரின் காலடியோசை ஓய்ந்தபின், அவள் லாப்தேவ் பக்கம் சடக்கென்று திரும்பி, "அலெக்ஸேய் ஃபியோதரவிச், உங்கள் வார்த்தைகளைப் பற்றி நேற்று நீண்ட நேரம் சிந்தித்தேன்... உங்களை மணக்க நான் சம்மதிக்கிறேன்" என்று மிகவும் வெளிறிய முகத்துடன், தீர்மானமான குரலில் சொன்னாள்.

அவன் குனிந்து அவள் கையை முத்தமிட்டான்; அவளோ, உயிரற்ற உதடுகளை அசட்டுப் பிசட்டென்று அவன் தலைமீது பதித்தாள். காதலைப் பற்றிய இப்பேச்சிலே மூல அம்சம் – அவளது

காதல் – இல்லை என்றும் அதில் அவசியமற்றது அதிகமாக இருக்கிறது என்றும் அவன் உணர்ந்தான். ஓவென்று கூச்சலிட்டு, அங்கிருந்து ஓடி, உடனே மாஸ்கோவுக்குப் புறப்பட வேண்டும் போலிருந்தது அவனுக்கு. ஆனால், மிக மிக அருகில் அவள் நின்றதால், திடீரென்று ஆசை வெள்ளம் பெருக்கெடுத்தோடி அவனைத் திணறடித்தது. இனி யோசித்துப் பயனில்லை என்பதை உணர்ந்து, அவளை இறுகத் தழுவி, நீ எனச் சொந்தத்தோடு அழைத்து ஏதோ மொழிகளைப் பகர்ந்து, அவள் கழுத்திலும் கன்னத்திலும் கூந்தலிலும் முத்தமிட்டான்.

தன்னைத் தழுவி அணைத்து அவன் முத்தமிட்டதால் திடுக்கிட்டுப் போய், யூலியா சன்னலின் பக்கம் சென்றாள்; அவர்கள் இருவரும் தாங்கள் சொன்னவற்றை எண்ணி வருந்தலாயினர்; "ஏன் இது நிகழ்ந்தது?" என்று குழப்பத்தோடு தங்களைத் தாங்களே கேட்டுக்கொண்டனர்.

"நான் எவ்வளவு துன்பப்படுகிறேன் என்பதை மட்டும் நீங்கள் அறிந்தால்!" என்று கைகளைப் பிசைந்தபடி அவள் கூறினாள்.

அவன் அவள் அருகிலே போய், தன் கைகளையும் பிசைந்து கொண்டு, "ஏன் அப்படிச் சொல்கிறீர்கள்? கண்ணே, உங்களுக்கு என்ன வந்திருக்கிறது? என்னிடம் உண்மையைச் சொல்லுங்கள், நான் கேட்கிறேன்" என்றான்.

அவள் புன்சிரிப்பை வருவித்துக்கொண்டு, "ஒன்றுமில்லை. நான் தங்களுக்கு விசுவாசமுள்ள மனைவியாக இருப்பேன் என்று உறுதியளிக்கிறேன்... இன்று மாலை தயவுசெய்து வருவீர்களா?" என்றாள்.

பின்னர், தன் சகோதரியுடன் அமர்ந்து அவளுக்காக வரலாற்று நாவல் ஒன்றைப் படித்துக்கொண்டிருந்தபோது, நடந்தவற்றை யெல்லாம் நினைவுக்குக் கொண்டுவந்தான் லாப்தேவ்; தனது ஆழ்ந்த தூய்மையான காதல் உணர்ச்சிக்கு இத்தகைய சொற்பப் பிரதியுணர்ச்சி கிடைத்ததை எண்ணி அவன் மனம் புண்ணாயிற்று; அவள் அவனைக் காதலிக்கவில்லை; இருப்பினும், அவனை ஏற்றுக்கொண்டாள். அவன் பணக்காரன் என்பது அதற்குக் காரணமாயிருக்க வேண்டும். தன்னிடம் உள்ள எதை மிக மிகக் குறைவாக அவன் மதித்தானோ, அதை அவள் பெரிதாக மதித்துவிட்டாள். தெய்வ பக்தியுடைய தூய இளமங்கையான அவள், அவனுடைய பணத்தைப் பற்றியே சிந்திக்காமலிருக்கலாம். ஆனாலும்கூட அவனை அவள் காதலிக்கவில்லை. காதலிக்

கவேயில்லை; எனவே, அவனை மணப்பதற்கு அவளுக்கு ஒரு முக்கியமான காரணம் இருந்துதானாக வேண்டும் – அது தெளி வில்லாததாகவும் வரையற்றதாகவும் இருக்கலாம்; ஆனாலும், ஒரு காரணம் இருந்துதானாக வேண்டும். வைத்தியரின் வீட்டில் நிறைந்திருந்த நடுத்தர வகுப்பாரின் போலிப் பகட்டையும்; 'கார்னிவேல் மணி' எனும் நகைச்சுவை மிக்க இசை நாடகத்தில் வரும் கஸ்பார் என்பவனைப் போன்ற இரங்கத்தக்க கொழுப்பான கஞ்சப் பேர்வழியான வைத்தியரையும்கூட அவன் வெறுத்தான். யூலியா என்ற பெயரே அவனுக்குக் கிராமியமாகப்பட்டது. இருவரும் மாதா கோவிலுக்குப் போய், யாரோ ஒரு கல்யாணத் தரகன் ஏற்பாடு செய்த திருமணத்தைப் போன்று, முற்றிலும் ஒருவருக் கொருவர் அறிமுகமில்லாத மனிதர்களாய், அவள் துளிக்கூடக் காதல் உணர்ச்சியில்லாதிருக்க, பாதிரியின் முன் நிற்பார்கள். அப்போது அவனுக்கிருந்த ஒரே ஆறுதல் – அதுவும்கூட அந்தத் திருமணத்தைப் போன்று சர்வ சாதாரணமானது – ஆயிரக்கணக்கான மக்கள் இப்படித்தானே செய்கிறார்கள்; காலப்போக்கில் யூலியா அவனை நன்றாகப் புரிந்துகொள்ளும்போது, அவள் தன்னைக் காதலிக்கலாம் என்பதே ஆகும்.

அவன் சிரித்தவண்ணம் புத்தகத்தை மூடிக்கொண்டே, "ரோமியோவும் ஜூலியத்தும்! நீனா, நான் ரோமியோவாகி விட்டேன். நீ எனக்கு வாழ்த்துக் கூறலாம்; என்னை மணந்து கொள்ளும்படி யூலியா செர்கேயிவ்னாவை இன்று கேட்டு விட் டேன்" என்றான்.

அவன் வேடிக்கையாகப் பேசுவதாகவே நீனா ஃபியோதரவ்னா நினைத்தாள்; ஆயினும், அவன் மனப்பூர்வமாகவே பேசுகிறான் என்பதைக் கண்டதும், அவள் அழத் தொடங்கிவிட்டாள். இச்செய்தி அவளுக்குப் பிடிக்கவில்லை.

"உன்னை வாழ்த்துகிறேன், ஆனால், இது திடீரென்று ஏற்பட்டுவிட்டாற்போலிருக்கிறதே?" என்றாள் அவள்.

"இல்லை, திடீரென்று ஏற்படவில்லை. மார்ச் மாதத்தில்தான் இது தொடங்கிற்று; நீ மட்டுமே ஒன்றையும் கவனிக்கவில்லை... மார்ச் மாதத்தில், இங்கே, உன் அறையில் நான் அவளைப் பார்த்தபோதே, அவள்மீது காதல் கொண்டுவிட்டேன்."

நீனா ஃபியோதரவ்னா சிறிது மௌனம் சாதித்தாள். பிறகு, "நீ யாரேனும் மாஸ்கோ நங்கையை மணப்பாய் என்று எண்ணி னேன். நம் வர்க்கத்திலேயே உள்ள பெண்ணானால் மிகவும் நன்றாக

இருக்கும். எல்லாவற்றையும்விட உன்னுடைய இன்பம்தான் முக்கியம். அலெக்ஸேய், என் கிரிகோரி நிக்கலாயெவிச் ஒருபோதும் என்னைக் காதலித்ததில்லை; நாங்கள் வாழும் விதத்தை நீயே பார்க்கிறாயே. எந்தப் பெண்ணும் நிச்சயமாக உன்னை விரும்புவாள். நீயும் அன்புணர்ச்சியும் நல்ல அறிவும் உடையவன்; ஆனால், யூலியா நாகரிக நங்கை, விசேஷப் பள்ளியில் படித்தவள்; எனவே, அன்புணர்ச்சியும் அறிவும் மட்டும் போதாது. அவளோ இளநங்கை; ஆனால், அலெக்ஸேய், நீ வாலிபனல்ல; அழகுடையவனுமல்ல'' என்றாள்.

அவள் கடைசியாகச் சொன்ன சொற்களுக்குப் பரிகாரமாக அவன் கன்னத்தைத் தட்டிக் கொடுத்தாள்.

“நீ அழகுடையவனல்ல, ஆனால் மிகவும் நல்லவன்” என்றாள்.

பெருங்கிளர்ச்சியடைந்து விட்டதால் அவள் கன்னங்கள் லேசாகச் சிவந்து விட்டன. சகோதரனுக்கு அவள் தன் ஆசீர் வாதத்தை வழங்குவது தகுமா? ஏன் தகாது? அவள் அவனுடைய அக்காள்; தாயின் இடத்தை ஏற்றிருப்பவள். திருமணம் அவனது நற்பெயருக்கு ஒரு சிறப்புத் தரக்கூடிய மகிழ்ச்சியூட்டும் பிரமாதமான நிகழ்ச்சியாக இருக்க வேண்டும் என்றெல்லாம் கவலையுற்றிருந்த தன் சகோதரனுக்கு ஆறுதல் கூற முயன்றாள்.

மணமகனாகப் போகிறவன் என்னும் முறையில் தினமும் மூன்று நான்கு முறை அவன் வைத்தியர் வீட்டிற்குப் போய்வரத் தொடங்கினான்; அதனால், சாஷாவுக்குச் சிறிது ஓய்வு கொடுத்து, அவள் தாய்க்காக வரலாற்று நாவல்களைப் படிக்க அவனுக்கு நேரம் கிடைக்கவில்லை. வீட்டின் ஒரு கோடியில், விருந்தினர் அறைக்கும் அவள் தந்தையின் அலுவல் அறைக்கும் அப்பால் சற்றுத் தொலைவிலிருந்த தன் இரு அறைகளுக்குத்தான் அவனை யூலியா அழைத்துச் செல்வாள். இந்த அறைகளும், கறுத்த சுவர்கள், மூலையிலுள்ள பூசைப் படங்கள், விலை மதிப்புடைய நறுமணங்கள், பூசை விளக்கில் ஊற்றிய நெய்யின் வாசனை ஆகியவையும் அவனுக்கு மிகவும் பிடித்திருந்தன. யூலியாவின் படுக்கையும் அலங்கரித்துக் கொள்வதற்கான மேசையும் திரை மறைவிலிருந்தன. புத்தக அலமாரியின் கதவுகள் பச்சைத் துணியால் அணி செய்யப்பட்டிருந்தன. அவள் காலடி ஓசை கேட்காதபடி தரையில் தடித்த கம்பளங்கள் விரிக்கப் பட்டிருந்தன. இதிலிருந்து, அவள் அடக்கமான சுபாவமுடையவள் என்றும் ஆரவாரமில்லாத அமைதியான இடத்தில் ஒதுங்கி வாழ்வதையே அவள் நாடினாள் என்றும் அவன் ஊகித்துக் கொண்டான். அவளைப் பருவம் வராத பெண்ணாகவே அவள்

தந்தை நடத்திவந்தார். அவளுக்கென்று பணம் இருக்காது; சில சமயம் அவள் உலாவச் செல்லும்போது, கையில் ஒரு செப்புக் காசுகூட இல்லாமலிருப்பதைப் பற்றி அவள் கலக்கமடைவதுண்டு. அவளுடைய உடை, புத்தகங்களுக்காக வேண்டி, தந்தை ஆண் டொன்றுக்கு நூறு ரூபிளுக்கு மேற்போகாமல், சிறு சிறு தொகைகளே தருவார். கணிசமான அளவில் வைத்தியத் தொழில் நடத்தினாலும் அவரே முடைப்பட்டார் என்பதில் ஐயமில்லை. கிளப்பில் மாலை தோறும் அவர் சீட்டு விளையாடுவார்; அதில் பணத்தை இழப்பதே வழக்கம். மேலும், பரஸ்பரப் பணவுதவிக் கழகத்தின் மூலம் வீடுகளை வாங்கி, வாடகைக்கு விடுவார்; ஆனால், வாடகைக்காரர்கள் வாடகையைச் சரிவரச் செலுத்த மாட்டார்கள். இருப்பினும், அது ஒரு இலாபகரமான பேரம்தான் என்று அவர் சாதிப்பார். அவரும் அவர் மகளுமாக வாழ்ந்த வீட்டையும் அடகு வைத்துப் பணம் வாங்கி, அந்தப் பணத்தைக் கொண்டு மனைக்கட்டை வாங்கினார்; மனைக்கட்டில், பெரிய இரட்டை மாடிவீடு ஒன்றைக் கட்டிக் கொண்டிருந்தார் – கட்டி முடித்தபிறகு அதையும் அடகு வைக்கும் நோக்கத்தோடுதான்.

லாப்தேவ் ஒருவகை மதிமயக்கத்திற்குள்ளாகிவிட்டான்; அவன் அவனாக இருக்காமல், அவன் நிழல்தான் இயங்கி வந்ததுபோல் தோன்றியது. முன்னெல்லாம் கனவிலும் செய்யக் கருதாத பலவற்றை இப்பொழுது செய்து வந்தான். வைத்தியருடன் மூன்று முறை கிளப்புக்குச் சென்றான்; அவருடன் இரவுச் சாப்பாடு அருந்திக் கொண்டு, அவர் கட்டடம் கட்டும் முயற்சிக்குத் தான் பணந்தருவ தாகவும் கூறினான். பனவூரவை அவன் வசித்த வேறொரு வீட்டில் போய்ப் பார்த்தான். ஒருநாள் பனவூரவ் அவனை விருந்துக்கு அழைத்தான்; அவனும் சிந்திக்காமலே ஒப்புக்கொண்டான். சுமார் முப்பத்தைந்து வயதுள்ள உயரமான, மெலிந்த ஒரு நங்கை அவனை வரவேற்றாள். நரைதட்டிய கூந்தலும் கறுத்த புருவங்களும் உடைய, அவள் ருஷ்யப் பெண்மணியாகத் தோன்றவில்லை. வெண்ணிற வாசனைப் பவுடரை முகத்தில் வாரி அப்பியிருந்தாள் அவள். தேனொழுகும் இளநகையை வீசினாள். அவனுடைய கைகளைச் சடக்கென்று குலுக்கியபோது அவளுடைய வெளுத்த கரங்களில் கிடந்த கடகங்கள் கிணுகிணுத்தன. அவள் மகிழ்ச்சியற்றிருக்கிறாள் என்றும் அதைத் தன்னிடமிருந்தும், பிறரிடமிருந்தும் மறைப்பதற்காகவே அவ்வாறு முறுவலித்திருக்க வேண்டும் என்றும் லாப்தேவுக்குத் தோன்றிற்று. ஐந்து வயதும் மூன்று வயதுமுள்ள இரண்டு சிறுமிகளை அவன் கண்டான். அவர்கள் சாஷாவின் சாயலாயிருந்தனர். பால்பாயசம், வெந்து குளிரவைத்த கன்றிறைச்சி கேரெட் வெஞ் சனத்துடன், உண்டியின் இறுதியில் அருந்தச் சாக்கொலெட்

ஆகியவை கொண்ட விருந்தில் எல்லாம் மட்டமாகவும் சுவையற்றும் இருந்தன; ஆனால், சாப்பாட்டு மேசையோ, பொன்னாலான முள் கரண்டிகள், சட்டினி வைப்பதற்கேற்ற நேர்த்தியான கண்ணாடிப் புட்டிகள், மிகவும் அலங்கரிக்கப்பட்ட சிறு கிண்ணி, பொன்னாலான மிளகுக் குடுவை ஆகியவற்றுடன் பளபளத்தது.

பால்பாயசத்தை அருந்திய பிறகே, தான் அங்கு வந்தது முற்றிலும் விவேகமற்ற செயல் என்பதை லாப்தேவ் உணர்ந்தான். அம்மடந்தை கலங்கியிருந்தாள் என்பது தெளிவு. அவள் பற்களைக் காட்டிய வண்ணம் தொடர்ந்து புன்முறுவல் செய்து கொண்டிருந்தாள். பனவூரவோ, காதலையும் அதன் தோற்றத்தையும் பற்றிய விஞ்ஞான பூர்வமான விளக்கம் தந்துகொண்டிருந்தான்.

“இப்போதுள்ள பிரச்சினை முற்றிலும் மின்னியக்கச் சார்புடைய ஒரு நிகழ்ச்சியைப் பற்றியதுதான். நம் ஒவ்வொருவர் தோலிலும் கட்புலனாகாத நுண்ணிய சுரப்பிகள் இருக்கின்றன. அவை மின்னோட்ட ஜனனிகள். யாரேனும் ஒருவனைப் பார்க்கும்போது, அவனுடைய மின்னோட்டம் உன்னுடையதற்கு நிகராக ஒத்து ஓடினால், அதன் விளைவு காதல்” என்று அந்த மங்கையை நோக்கிப் பிரெஞ்சு மொழியில் கூறினான்.

லாப்தேவ் வீடு திரும்பியதும், அவன் தமக்கை அவனை எங்கு சென்றிருந்தாய் என்று கேட்டதற்கு, அவன் வெட்கிப்போய், பதில் சொல்லாதிருந்து விட்டான்.

திருமணத்திற்கு முந்திய வாரங்களிலெல்லாம், அவன் தன்னுடைய நிலைமையில் இருந்த பொய்மையை உணர்ந்தபடியேயிருந்தான். அவனுடைய காதலோ நாளுக்கு நாள் வளர்ந்தது; காவிய நங்கையாக, மேம்பட்ட பிறவியாகவே யூலியாவைக் கருதினான். ஆனால், அவள் அவனைக் காதலிக்கவில்லை; தன்னை ஒரு விலைபொருளாக அவனுக்கு அர்ப்பணித்திருந்தாள் என்னும் உண்மையையும் அவனால் மறக்க முடியவில்லை. அந்நினைவு சில சமயங்களில் அவனைப் பெரும் மனச்சோர்வடையச் செய்தது; ஒரு முறைக்கு மேலாகவே அந்த விவகாரத்திற்கே முழுக்குப் போட்டு விடக்கூட எண்ணினான். அவன் உறங்கி எத்தனையோ நாட்களாகிவிட்டன. இரவு முழுக்கச் சிந்தித்த வண்ணம் இருந்தான். தன் நண்பர்களுக்கு எழுதிய கடிதங்களில், ஒரு ‘பேர்வழியை’ப் பற்றிக் குறிப்பிட்டிருந்தானே அந்த மங்கையைத் திருமணத்திற்குப் பிறகு மாஸ்கோவில் காணும்போது அவளிடம் அவன் என்ன சொல்வான்? பழகுவதற்கு மிகவும் கடினமான தன் தந்தையும் சகோதரனும் திருமணத்தைப் பற்றியும், யூலியாவைப் பற்றியும் என்ன நினைப்பார்களோ? முதல் சந்திப்பின்போது தன் தந்தை

யூலியாவிடம் முரட்டுத்தனமாக நடந்துகொள்வாரோ என்று அஞ்சினான். அவன் சகோதரன் ஃபியோதரிடம் சிறிது காலமாக ஒரு விசித்திர மாற்றம் ஏற்பட்டிருந்தது. உடல்நலத்தின் முக்கியம், பிணியால் மனத்திற்கு உண்டாகக் கூடிய பாதகங்கள், சமயவுணர்ச்சியின் சாரம் ஆகியன பற்றி லாப்தேவுக்கு அவன் நீண்ட கடிதங்கள் எழுதினான்; ஆனால், மாஸ்கோவைப் பற்றியோ தொழில் விவகாரங்களைப் பற்றியோ ஒரு வார்த்தைகூட அக்கடிதங்களில் இல்லை. அக்கடிதங்கள் லாப்தேவுக்கு எரிச்சலையூட்டின; தன் சகோதரனின் நடத்தை மிகவும் மோசமான போக்கில் மாறிக்கொண்டிருப்பதாக அவனுக்குப்பட்டது.

செப்டம்பரில், ஃபியோதர்–பாவெல் கோயிலில், வழிபாட்டுக்குப் பின் அவர்களுடைய திருமணம் நடந்தேறியது. அதேநாளில், மணமக்கள் மாஸ்கோவுக்குப் புறப்பட்டார்கள். லாப்தேவும் நீண்ட தோகையுடைய கறுப்பு உடையணிந்திருந்த அவன் மனைவியும்– இளம் பெண்ணாகத் தோன்றாமல் நடு வயதுடையவள்போல் காட்சியளித்தாள் அவள் – நீனா ஃபியோதரவ்னாவிடம் விடைபெற்றபோது, நோய்வாய்ப்பட்ட அவள், முகத்தைச் சுளித்துக்கொண்டாள். ஆனால், கண்கள் வற்றிக்கிடந்தன.

“நான் இறந்துவிட்டால் என் குழந்தைகளைக் காப்பாற்றுவாயா!”

“நிச்சயமாகக் காப்பாற்றுகிறேன்; இது உறுதி!” என்றாள் யூலியா செர்கேயிவ்னா. அவளுடைய இதழ்களும் இமைகளும் துடிக்கத் தொடங்கின.

“நான் அக்டோபரில் உன்னைக் காண வருகிறேன். அருமை நீனா, உனக்குச் சீக்கிரமே குணமாகிவிடும்” என்று லாப்தேவ் உருக்கத்தோடு கூறினான்.

அவர்கள் இரயிலில் தனிப்பெட்டியில் பிரயாணம் செய்தனர். இருவரும் மகிழ்ச்சியற்றுச் சஞ்சலமடைந்திருந்தனர். அவள் தொப்பியை அகற்றாமல், ஒரு மூலையில் அமர்ந்து தூங்குவது போல் பாசாங்கு செய்தாள். அவனோ, அவளுக்கு எதிராக இருந்த படுக்கையில் படுத்துப் பற்பல விதமான சிந்தனைகளுடன் மனத்தை அலட்டிக்கொண்டிருந்தான். தந்தையைப் பற்றியும் அந்த மாஸ்கோ ‘பேர்வழியை’ப் பற்றியும் அவன் எண்ணினான். மாஸ்கோவிலிருந்த தன் வீட்டை யூலியா விரும்புவாளோ என்னவோ என்பது பற்றிச் சிந்தித்தான். பிறகு, தன் மனைவியை, தன்னைக் காதலிக்காத அவளைப் பார்த்து, ஏக்கமும் சோர்வும் கொண்டவனாய், “இது ஏன்தான் நடந்ததோ?” என்று எண்ணினான்.

5

லாப்தேவ் குடும்பத்தினர் மாஸ்கோவில் மொத்த ஜவுளி வியாபாரத்தில் ஈடுபட்டிருந்தனர். பின்னல் இழைகள், நாடாக்கள், ஜரிகை, லேஸ், பொத்தான்கள், இன்னும் இவை போன்ற பண்டங்களை விற்கும் மொத்த வியாபாரிகள் அவர்கள், ஆண்டொன்றுக்கு இருபது லட்சம் ரூபிள் வரையிலும் அவர்களுக்கு வியாபாரம் நடந்தது. ஆனால், நிகர லாபம் எவ்வளவென்பது லாப்தேவின் தந்தையைத் தவிர வேறு யாருக்கும் தெரியாது. அவரது மகன்களும் விற்பனையாளர்களும் அது மூன்று இலட்சமாக இருக்கும் என்று மதிப்பிட்டனர். கிழவர் மட்டும் பணத்தைச் சுற்றிலும் வாரியிறைப்பதை நிறுத்தினால், அதாவது, அவர் அத்துணைத் தாராளமாகக் கடன் வழங்காமல் இருந்தால், அது இன்னும் ஒரு இலட்சம் இருக்கும் என அவர்கள் கூறினர். கடந்த பத்து ஆண்டுகளில் மீளாக் கடன்களின் தொகை மட்டுமே ஒரு பத்து இலட்சம் சேர்ந்திருந்தது. இது பற்றிய பேச்சு எப்போதேனும் எழுந்தால், "இந்த நூற்றாண்டில் நிலவுகிற மனோபாவத்தின் விளைவு" என்று தலைமைக் குமாஸ்தா தந்திரமான கண்சாடையோடு கூறுவார். அதன் உட்பொருள் ஒருவருக்கும் புரியாது.

தொழிலின் முக்கியப் பகுதி, நகர கடைத்தெருவில்தான் நடைபெற்றது; அவர்கள் தொழில் புரிந்த இடம் பண்டசாலை என்றழைக்கப்பெற்றது. அதற்கு இருளடர்ந்த ஒரு முற்றத்தின் வழியாகவே செல்ல வேண்டும். அங்கு சாக்கு நாற்றம் வீசும்; குதிரைகளின் குளம்படியோசை கடபட என்று எதிரொலிக்கும். முற்றத்தைக் கடந்து சர்வசாதாரண இரும்புக் கதவு வழியாக ஓர் அறைக்குள் செல்ல வேண்டும்; அந்த அறையில் குறுக்குக் கம்பிகள் இட்ட குறுகலான ஒரு சன்னல் இருந்தது; கரியால் கிறுக்கப்பட்டிருந்த சுவர்கள் ஈரம் படிந்திருந்தன. இடது புறம் சற்றுப் பெரிய, சுத்தமான மற்றொரு அறை உண்டு. அதுதான் அலுவலகம். அங்கு இரும்பு அடுப்பு ஒன்றும், இரண்டு மேசைகளும் இருந்தன. ஆனால், அங்கும் சிறைச்சாலையிலுள்ளதைப் போன்ற அதே சன்னல்தான். இவ்விடத்திலிருந்து, கல்லால் கட்டிய ஒரு குறுகிய படிக்கட்டு, மேல் தளத்திற்குச் சென்றது; அங்குதான், முக்கிய கட்டடப்பகுதி இருந்தது. இந்த அறை மிகப் பெரியது. இருண்ட, தாழ்ந்த இவ்வறையில் சரக்கு நிறைந்த பெட்டிகளும் பொதிகளும் இருந்தன; பல ஆட்கள் அங்கும் இங்கும் ஓடிக் கொண்டிருந்தனர். அதனால்தான் மற்ற இரண்டு அறைகளையும் போலவே, இந்த அறையும் கவர்ச்சியற்றதாக இருந்தது. பண்டங்களைச் சிப்பங்களிலும் மூட்டைகளிலும்

அட்டைப்பெட்டிகளிலும் நிறைத்து அலமாரிகளின்மீது அடுக்கி வைத்திருந்தனர். காகிதச் சிப்பங்களிலிருந்து வெளியே நீட்டிக் கொண்டிருந்த கறுஞ்சிவப்பான நூல் நுனிகள், பட்டுக் குஞ்சம் அல்லது ஜரிகைத் துண்டு ஆகியவை மட்டும் தெரியாதிருந்தால், அங்கு என்ன விதமான பண்டங்கள் விற்பனையாகின்றன என்பது யாருக்குமே தெரிந்திராது. கசங்கிச் சுருங்கிய அந்தச் சிப்பங்களையும் அட்டைப் பெட்டிகளையும் கொண்டு பல இலட்சக்கணக்கில் பணம் திரட்ட முடிந்தது என்பதையும், வாடிக்கைக்காரர்களைத் தவிர, சுமார் ஐம்பது பேர் தினமும் வேலையில் ஈடுபட்டிருந்தனர் என்பதையும் நம்புவது கடினமாயிருந்தது.

மாஸ்கோவுக்குத் திரும்பிய மறுநாள் பகலில், லாப்தேவ் பண்ட சாலைக்குப் போனான்; அப்போது பண்டங்களைப் பெட்டிகளில் அடைப்பதில் ஈடுபட்டிருந்த வேலையாட்கள் சம்மட்டிகளால் எழுப்பிய ஓசையில் கீழ்க்கட்டு அறையிலோ அலுவலகத்திலோ இருந்த யாருக்கும், அவன் வந்த சப்தம் கேட்கவில்லை. கையில் ஒரு கற்றைக் கடிதங்களோடு, அந்த இரைச்சலைக் கேட்டுப் புருவத்தைச் சுளித்த வாறு படிகள் வழியாக இறங்கிவந்த தபால்காரன்கூட அவனைக் கவனிக்கவில்லை. மாடியில் லாப்தேவை முதன் முதல் கண்டது, அவன் சகோதரன் ஃபியோதர்தான். அவர்கள் இருவரும் இரட்டைக் குழந்தைகளோ என்று சந்தேகிக்குமளவு தோற்றத்தில் ஒத்திருந்தனர். இந்த ஒற்றுமை, லாப்தேவுக்குத் தன்னுடைய தோற்றத்தைப் பற்றி அடிக்கடி நினைப்பூட்டிற்று. ஆனால், இப்போது, குட்டை வடிவமும் இளஞ்சிவப்பான கன்னங்களும் கொட்டிப்போன தலைமயிரும் வற்றிக் குறுகிய இடுப்புமுடைய, சரீர அல்லது மானசீகக் கவர்ச்சி யில்லாத ஃபியோதரைப் பார்த்ததும், "நான் இவனைப் போலவா இருக்கிறேன்?" என்று தன்னையே கேட்டுக்கொண்டான்.

தன் சகோதரனை முத்தமிட்டு, அவன் கையைப் பலமாக அழுத்தியபடி, "உன்னைப் பார்க்க எனக்கு ரொம்பச் சந்தோஷம்" என்றான் ஃபியோதர். "தினந்தோறும் உன் வருகையை எதிர் பார்த்துக்கொண்டிருந்தேன். நீ திருமணம் செய்து கொள்வதாக எழுதியது முதல், அதைப் பற்றி மேலும் தெரிந்துகொள்ள வேண்டு மென்ற ஆர்வத்தினால் துடித்துக்கொண்டிருக்கிறேன். அத்துடன் உன்னை விட்டுப் பிரிந்திருந்த வருத்தம் வேறு. நாம் ஒருவரை ஒருவர் பார்த்துச் சரியாக ஆறு மாதமாயிற்று. சரி, என்ன சமாச்சாரம்? நீனா எப்படியிருக்கிறாள்? மோசந்தானா? ரொம்ப மோசமா?" என்று வினவினான்.

"ஆமாம், ரொம்ப மோசந்தான்."

“தெய்வ சித்தம்” என்றான் ஃபியோதர், பெரு மூச்செறிந்த வாறு. “சரி, உன் மனைவியைப் பற்றிச் சொல்லு. அவள் பேரழகியாக இருக்க வேண்டும் என்று நினைக்கிறேன். சரிதானா? ஏற்கெனவே அவளிடம் எனக்குப் பாசமுண்டாகி விட்டது. இப்பொழுது அவள் எனக்குத் தங்கைபோல. அவளைச் செல்லமாக நடத்த உனக்கு எல்லாவுதவியும் செய்கிறேன்.”

தன் தந்தை ஃபியோதர் ஸ்தெபானவிச்சின் அகலமான சிறிது குனிந்த முதுகைக் கண்டு கொண்டான் லாப்தேவ். கிழவர் கல்லாப் பெட்டிக்கருகில் இருந்த ஒரு ஸ்டூல் மீது அமர்ந்து, யாரோ வாடிக்கையாளரிடம் பேசிக்கொண்டிருந்தார்.

“அப்பா, கடவுள் நம்மிடம் யாரை அனுப்பியிருக்கிறார் தெரியுமா! இதோ, அலெக்ஸேய்!” என்று உரக்கச் சொன்னான் ஃபியோதர்.

ஃபியோதர் ஸ்தெபானவிச் உயரமானவர்; வலுவான உடற் கட்டுடையவர். எண்பது வயதாகி, திரைகள் விழுந்திருந்தாலும் ஆரோக்கியமும் திடகாத்திரமும் உடையவராகவே காணப்பட்டார். தாழ்ந்து கணீரென்று ஒலிக்கும் குரலில் பேசுவார்; பெரிய பீப்பாயி லிருந்து வெளிவருவதைப் போன்று அவரது அகண்ட மார்பிலிருந்து குரல் வெளிவரும். சின்னஞ்சிறு சிப்பாய் மீசையைத் தவிர அவர் முகம் வழுக்கச் சிரைத்திருக்கும். அவர் சுருட்டுப் பிடிப்பதுண்டு. எப்போதும் புழுக்கமாயிருப்பதாக அவருக்குத் தோன்றியது. அதனால் எல்லாப் பருவங்களிலும் தொளதொளப்பான லினன் சட்டையையே அணிவார். அவர் கண்ணில் விழுந்திருந்த பூ, அண்மைக் காலத்தில் தான் நீக்கப்பட்டது. கண்பார்வை மழுங்கியிருந்ததால், தொழிலை நடத்தும் பொறுப்பைக் கைவிட்டு, வாடிக்கையாளரோடு ஏதாவது பேசி, பழப்பாகும் தேநீரும் அருந்திக்கொண்டிருப்பார்.

லாப்தேவ் குனிந்து தன் தந்தையைக் கையிலும், பிறகு உதட்டிலும் முத்தமிட்டான்.

“மகனே, உன்னைப் பார்த்து வெகுகாலமாய் விட்டது. ஆமாம், வெகுகாலமாய் விட்டது. நீ கல்யாணம் செய்து கொண்டதற்காக உன்னை வாழ்த்த வேண்டுமென்று விரும்புகிறாயா? சரி, நல்லது, உன்னை நான் வாழ்த்துகிறேன்” என்றார் கிழவர்.

அவர் முகத்தை நிமிர்த்தியதும், லாப்தேவ் மறுபடியும் குனிந்து அவரை முத்தமிட்டான்.

“உன் இளம் பெண்சாதியைக் கையோடு கூட்டி வந்திருக் கிறாயா?” என்று முதியவர் கேட்டுவிட்டு, பதிலுக்காகக் காத்திராமல், வாடிக்கையாளர் பக்கம் திரும்பித் தொடர்ந்து பேசினார்: “அவன்

சொல்ல விரும்புவதெல்லாம், அருமை அப்பா, ஒரு பெண்ணை மணந்துகொண்டேன் என்பதுதான். ஆம், அருமை அப்பாவின் புத்திமதியோ, ஆசீர்வாதமோ தேவையில்லை. இப்போதெல்லாம் அவர்கள் மிக மிகக் கெட்டிக்காரர்களாகி விட்டார்கள். எனக்குத் திருமணமானபோது, வயது நாற்பதுக்கு மேலாகிவிட்டது; இருந்தும் என் தந்தைக்கு முன்னால் மண்டியிட்டு வணங்கி, எனக்குப் புத்திமதி கூற வேண்டுமென்று கெஞ்சினேன். இப்போதோ எல்லாம் மாறிவிட்டது."

மகனைப் பார்த்ததில் முதியவருக்கு மகிழ்ச்சிதான்; ஆனாலும், அவனிடம் அன்போடு பேசுவதோ அல்லது தம் களிப்பை எவ்விதத்திலும் வெளிக்காட்டுவதோ தக்கதல்ல எனக் கருதினார். அவர் குரல், பேசிய தோரணை, 'இளம் பெண்சாதி' என்று அவர் குறிப்பிட்டது ஆகியவை அனைத்தும், பண்டசாலைக்கு வரும் போதெல்லாம் லாப்தேவுக்கு ஏற்படும் அதே மனத்தளர்ச்சியைத் தான் அளித்தன. அங்கு இருந்தபோது நடந்தது ஒவ்வொன்றும் தான் கசையடி பெற்று, வெறும் ரொட்டியையும் தண்ணீரையுமே அருந்தி வாழ்ந்த நாட்களை அவனுக்கு நினைவுறுத்தியது. சிறுவர்களைக் கசையால் அடித்து மூக்கை உடைத்து முரட்டுத் தனமாக நடத்தும் பழக்கமும், அதே சிறுவர்கள் பெரியவர்கள் ஆனதும், மற்றவர்களைக் கொடுமையாக நடத்தும் பழக்கமும், இன்னும் அங்கிருந்து வந்ததைப் பற்றி அவனுக்கு நன்றாகத் தெரியும். பண்டசாலையில் ஐந்தே நிமிடம் அவன் இருந்தால் போதும்; உடனே யாரேனும் நிச்சயமாகத் தன்னைத் திட்டவோ மூக்கில் குத்தவோ நேரிடலாம் என்ற உணர்வு பிறந்துவிடும் அவனுக்கு.

ஒரு வாடிக்கையாளரை முதுகில் தட்டி, "அலெக்ஸேய் இதோ இவர்தான் நமது தம்போவ் காண்ட்ராக்டர் கிரிகோரி திமஃபேயிச். இக்கால இளைஞர்களுக்கு இவர் நல்ல உதாரணம். ஐம்பதைக் கடந்துவிட்ட போதிலும் அவருக்குக் கைக்குழந்தைகள் இருக்கின்றன" என்றார் ஃபியோதர்.

குமாஸ்தாக்களெல்லோரும் சிரித்தனர்; வெளிறிய முகமுடைய எலும்புந்தோலுமான கிழவாடிக்கையாளருங்கூடச் சிரித்துவிட்டார்.

"இயற்கையின் அபூர்வ விளையாட்டு; உள்ளே செல்வது வெளியில் வந்தே தீரும்" என்றான், கல்லாப் பெட்டியருகிலிருந்த தலைமைக் குமாஸ்தா.

ஏறத்தாழ ஐம்பது வயதுடைய, நெட்டையனான அந்தத் தலைமைக் குமாஸ்தா கருந்தாடி, மூக்குக் கண்ணாடி, காதில் செருகிய பென்சில் ஆகியவற்றுடன் காட்சியளிப்பான். விளங்காத

சொற்களாலும் நேர்ப் பொருத்தமற்ற சாடைக் குறிப்புகளாலும் தன் கருத்துகளைத் தெரிவிக்கும் பழக்கங்கொண்டவன். தன் சொற்களின் நுண்பொருளை வற்புறுத்த வேண்டித் தந்திரமாகப் புன்னகை புரிவான். தான் கருதுவதைப் புத்தக நடையில் புரியாத வகையில் சொல்லித் தனக்கேயுரிய ஒரு பாணியில் விளக்கஞ் செய்வதில் அவனுக்கு அபாரப் பிரியம். சாதாரணச் சொற்களைக் கூட, எடுத்துக்காட்டாக, 'தவிரவும்' என்ற சொல்லை, வழக்கத்தி லில்லாத பொருளில் அவன் வழங்குவான்.

திட்டமான கூற்றுகளை வெளியிடும்போதெல்லாம், வலது கையை நீட்டிக்கொண்டு, 'தவிரவும்!' என்பான்.

இதில் வியப்புக்குரியது என்னவென்றால், மற்ற குமாஸ்தாக் களெல்லாம், வாடிக்கையாளர்களும்கூட, அவன் கூறுவதை நன்றாகப் புரிந்து கொண்டார்கள். அவன் பெயர் பொத்சாத்கின்; கஷீரா என்ற ஊரைச் சேர்ந்தவன்.

லாப்தேவுக்கு வாழ்த்துக் கூறும் முறையில், "போற்றத்தக்க துணிச்சலான காரியத்தை நீங்கள் செய்துவிட்டீர்கள்; காரணம், பெண்ணுள்ளம் கோட்டையைப் போன்றது" என்றான்.

பண்டசாலையில், இன்னொரு முக்கியப் பேர்வழி மாகேயிசெவ்; கட்டுக்குட்டான பருத்த மனிதன்; வழுக்கையான அவனது உச்சந் தலையைச் சுற்றிலும் சணல் நிற மயிர் மாலையிட்டது போல் வளர்ந்திருந்தது. கிருதாவும் இருந்தது. அவன் லாப்தேவிடம் மரியாதையுடன், தணிந்த குரலில், "ஐயா, நான் ஒன்று சொல்ல வேண்டும்... மதிப்பார்ந்த உங்கள் தந்தையின் பிரார்த்தனைகள் கடவுளின் மகிமையே மகிமை" என்றான்.

இதன்பின், மற்ற குமாஸ்தாக்கள் ஒருவர் பின் ஒருவராக இளம் முதலாளியை வாழ்த்தினர். அவர்கள் எல்லோரும் வெகு நாகரிகமாக உடையணிந்து, பண்பட்ட பழக்கமுடையவர்கள், நன்றாக வளர்க்கப்பட்டவர்கள் போலத் தோன்றினர். அவர்கள் ஒவ்வொரு வார்த்தைக்கு இடையிலும் மரியாதைக்காக 'ஐயா' என்னும் சொல்லை இணைத்துக்கொண்டதால், அவர்கள் வாழ்த்துகள் காற்றில் சாட்டையைச் சுழற்றும்போது ஏற்படும் ஒலி போலக் கேட்டன.

லாப்தேவ் விரைவில் அலுத்துப்போய், வீட்டிற்குப் போக விரும்பினான்; ஆயினும், அது முறையற்றதாக இருக்கும். குறைந்தது இரண்டு மணி நேரமாவது அங்கு தங்க வேண்டியிருந்தது. கல்லாப் பெட்டியை விட்டு நகர்ந்து, மாகேயிசெவுடன் பேசத் தொடங்கினான்.

கோடைக்காலம் நல்லவிதமாகக் கழிந்ததா என்றும் கேட்டான். அவனோ லாப்தேவை நேரே பார்க்காமல் அக்கேள்விகளுக்கு அடக்கமாக விடையளித்தான். கேசம் ஒட்டக் கத்தரிக்கப்பட்ட, சாம்பல் நிறச் சொக்காய் அணிந்த ஒரு பையன், தேநீர்த்தட்டு இல்லாமல் ஒரு தம்ளரில் தேநீர் கொண்டுவந்து லாப்தேவிடம் கொடுத்தான். சிறிது நேரம் சென்றது; இன்னொரு பையன், தான் போகும்போதே ஒரு பெட்டிமீது மோதிக்கொண்டு கீழே விழாத குறையாக நடந்தான். இதைக் கண்டதும் நிதான புத்தியுடைய மாகேயிசெவ் கடுத்த முகத்துடன், "வழியைப் பார்த்துப் போப்பா" என்று உறுமினான்.

குமாஸ்தாக்களுக்கெல்லாம் இளம் முதலாளி திருமணம் ஆகி வீடு வந்துவிட்டது பற்றிப் பெருமகிழ்ச்சி. பாசம் நிறைந்த ஆர்வத்துடன் ஓரக் கண்ணால் அவனைப் பார்த்தனர். அவன் இருந்த வழியே சென்ற ஒவ்வொருவனும் அவனிடம் மரியாதை யுடன் ஏதாவது இன்மொழி சொல்வது தன் கடமை என்று கருதினான். ஆனால், அவர்கள் சொன்னதெல்லாம் உண்மையல்ல. தன்னைக் கண்டு அவர்கள் கொள்ளும் அச்சத்தால் அவ்வாறு முகமன் பேசுகிறார்கள் என்றும் லாப்தேவ் திடமாக நம்பினான். பதினைந்து ஆண்டுகளுக்கு முன்பு குமாஸ்தாக்களில் ஒருவன், எவ்வாறு தன் மனம் பேதுற்று உள்ளாடையுடன் தெருவிலே ஓடி, முதலாளிகளின் சன்னல்களை நோக்கி முட்டியவாறு உயர்த்தி யசைத்து, அவர்களைத் திட்டினான் என்பதை லாப்தேவ் மறந்து விடவில்லை. பாவம், அந்த மனிதனின் அறிவு தெளிந்ததும், தன்னுடைய முதலாளிகளை நோக்கி அவன் எப்படிக் கூச்சல் போட்டான் என்பதையும், எவ்வாறு அவர்களைச் 'சுரண்டல்காரர்கள்' என்பதற்குப் பதில் 'சுண்டல்காரர்கள்' என்று அழைத்தான் என்பதையும் நினைவுபடுத்திச் சொல்வதில், அங்குள்ள ஒவ்வொரு வனும் ஒரு தனி மகிழ்ச்சி கொண்டனர். லாப்தேவ் குடும்பத்தினர் வேலையாட்களை மிக மோசமாக நடத்தியதைப் பற்றி அந்தக் கடைத்தெரு முழுவதிலும் பேசாதவனில்லை. ஃபியோதர் ஸ்தெபானவிச் தமது வேலையாட்களை நடத்திய முறை ஆசியப் பாணியை ஒத்திருந்தது. முதலாவதாக, அவருக்கு மிகவும் பிடித்திருந்த பொத்சாத்கின், மாகேயிசெவ் ஆகிய இருவருக்கும் அவர் எவ்வளவு சம்பளம் கொடுத்து வந்தார் என்பது யாருக்கும் தெரியாது. அவர்கள் ஆண்டொன்றுக்கு போனஸ் உட்பட மூவாயிரத்திற்குமேல் பெற்றதில்லை; அவரோ அவர்களுக்கு ஏழாயிரம் கொடுத்து வந்ததாகப் பாசாங்கு செய்தார். எல்லாக் குமாஸ்தாக்களுக்கும் ஒவ்வோராண்டும் போனஸ் கொடுத்தார். ஆனால், இரகசியமாகத்

தான். இதனால் ஒவ்வொரு குமாஸ்தாவும், தன் மதிப்புக்குப் பாதகம் ஏற்படாதிருக்கும் பொருட்டு, உண்மையில் கிடைத்ததைவிட அதிகம் பெற்றதாகவே சொல்லிக்கொள்வார்கள். பயிற்சி பெறும் இளைஞன் எப்போது குமாஸ்தா பதவிக்கு உயர்த்தப்படுவான் என்பதைத் தெரிந்துகொள்ள முடியாது; முதலாளிக்குத் தன்னைப் பற்றித் திருப்திதானா என்பதை எந்தக் குமாஸ்தாவும் அறிந்துகொள்ள முடியாது. பகிரங்கமான தடைகள் எவையும் கிடையாது. அதனால், திட்டமாக எதைச் செய்யலாம். எதைச் செய்யக் கூடாது என்பதும் யாருக்கும் தெரியாது. அவர்கள் திருமணம் செய்து கொள்வதற்குத் தடை எதுவுமில்லை. ஆனால், தம் முதலாளி கோபங்கொண்டு, தங்களை வேலையை விட்டு நீக்கிவிடுவாரோ என்று அஞ்சி, அவர்கள் திருமணம் செய்து கொள்வதில்லை. சிநேகம் செய்யவும், நண்பர்களைப் போய்ப் பார்த்து வரவும் அவர்கள் அனுமதிக்கப் பெற்றனர்; ஆயினும், ஒன்பது மணிக்கெல்லாம் வாயிற்கதவுகளை இழுத்துப் பூட்டிவிடுவார்கள். முந்திய நாள் இரவில் யாராவது குடித்தார்களா என்பதைத் தெரிந்துகொள்ளும் பொருட்டு, தினமும் காலையில் ஒவ்வொருவரையும் அழைத்துவரச் சொல்லி, தம் முகத்தில் மூச்சுவிடும்படி முதலாளி அவர்களுக்குக் கட்டளையிடுவார்.

சமயத் திருநாட்களில், அதிகாலையில் நடக்கும் வழிபாட்டிற்குப் போய், மாதாகோயிலில் தங்களுடைய முதலாளியின் பார்வையில் விழும்படி அவர்கள் எல்லோரும் நிற்க வேண்டும். உண்ணா நோன்புகள் கடுமையாகக் கடைப்பிடிக்கப்பட்டன. முதலாளியின் பிறந்தநாளோ அல்லது அவர் குடும்பத்தில் யாராவது ஒருவனின் பிறந்தநாளோ வந்துவிட்டாலும் சரி, அல்லது வேறு ஏதாவது கொண்டாட்டங்களிருந்தாலும் சரி, குமாஸ்தாக்களெல்லோரும் ஒன்றுகூடி, ஒரு கேக்கையோ அல்லது ஆல்பத்தையோ அன்பளிப் பாகக் கொடுக்க வேண்டும். அவர்கள் பியாத்னித்ஸ்கயாத் தெருவி லிருந்த தங்கள் முதலாளியின் வீட்டின் கீழ்க்கட்டிலும், பக்கமனை யிலும் அறை ஒன்றுக்கு நான்கு பேராக வாழ்ந்தனர்; ஒவ்வொருத் தனுக்கும் தனித்தனித் தட்டுகள் இருந்தபோதிலும் ஒரு பொதுவான கலத்தில் தான் உணவு அருந்தினார்கள். சாப்பிடும்போது, முதலாளி களில் யாரேனும் ஒருவர் வந்துவிட்டால், எல்லோரும் எழுந்து நிற்பார்கள்.

கிழவரின் போதனையைக் கேட்டுக் கெட்டுப் போனவர்கள் மாத்திரமே அவரைத் தங்கள் இரட்சகர் என்று கருதினார்களே தவிர, மற்றவர்களெல்லோரும் திண்ணமாக அவரைத் தங்கள் எதிரியாகத்தான் கருதினார்கள் என்பதை லாப்தேவ் உணர்ந் திருந்தான். ஆறு மாத காலம் அங்கு இல்லாமற்போயினுங்கூட,

நல்லவித மாறுதல் எதையும் அவன் காணவில்லை. உண்மையில், ஒரு புதிய அம்சம் தோன்றியிருப்பினும் அது நல்லதற்கான அறிகுறி யாயில்லை. ஒருகாலத்தில் அடக்கமாகவும் நிதான புத்தியுள்ளவனாகவு மிருந்து வெகுநயமாகப் பழகிய அவன் சகோதரன் ஃபியோதர், இப்போது காதில் பென்சிலைச் செருகியபடி, ஏதோ ஒன்றில் அளவு கடந்து மனம் ஆழ்ந்தவனைப் போன்ற பாவனையுடன், வாடிக்கை யாளர்களை முதுகில் தட்டிக் கொடுத்து, குமாஸ்தாக்களை 'நண்பர்கள்' என்று அழைத்து, பண்டசாலையில் இங்குமங்குமாக ஓடிக்கொண்டிருந்தான். வேறொருவனின் பாத்திரத்தை அவன் நடிக்க முயன்றது வெள்ளிடை மலை; ஆனால், அலெக்ஸேய்க்கோ அவனைப் புரிந்துகொள்வது கடினமாயிருந்தது.

கிழவரின் குரல் இடைவிடாமல் கணீரென்று முழங்கியது. வேறு வேலையில்லாத காரணத்தால், அவர் தம் வாடிக்கை யாளர்களிடம், அவர்கள் வாழ்க்கையை எப்படி நடத்த வேண்டும் என்பதையும், விவகாரங்களை எப்படி நிர்வகிக்க வேண்டும் என்பதை யும் பற்றிச் சொற்பொழிவாற்றி, தம்மையே ஒரு எடுத்துக்காட்டாகக் கொள்ளுமாறு கூறினார். அதிகாரத் தோரணை கலந்த அந்த ஜம்பக் குரலை, பத்து, பதினைந்து, இல்லை இருபதாண்டுகளாகவே லாப்தேவ் கேட்டு வந்திருந்தான். தம்மைத் தாமே மிகப் பெரிதாக நினைத்து வந்தார் அவர். கிழவரின் பேச்சைக் கேட்டவர்கள் அவர் காலஞ்சென்ற மனைவிக்கும் அவள் உறவினருக்கும் ஈடு இணையற்ற இன்ப வாழ்வை அளித்தார் என்றும் தம் குழந்தைகளுக்கு வேண்டிய வற்றை எல்லாம் திருப்தியுறச் செய்து, தம் பணியாட்களின் இரட்சக ராகத் திகழ்ந்தார் என்றும், அந்தத் தெரு முழுதிற்கும், அவரையறிந்த எல்லோருக்கும் நற்பணிகள் பல புரிந்து என்றென்றும் அவர்களுடைய நன்றியறிதலுக்கு உரித்தானவராகிவிட்டார் என்றும் கருதி விடுவார்கள். அவர் செய்வதெல்லாம் நன்றாயிருக்கிறது என்று பிறர் தங்கள் தொழிலில் இடர்ப்பட்டால், அதற்குள்ள ஒரே காரணம் அவர்கள் அவரது அறிவுரையைக் கேட்க மறுத்ததேயாகும் என்றும் அவரது ஆலோசனைகள் இன்றி எதுவும் நடக்காது என்றும்கூட அவர்கள் எண்ணிவிடுவார்கள். மாதாகோயிலில் எல்லோருக்கும் முன்னால்தான் அவர் நிற்பார்; பாதிரிகள் வழிபாட்டைச் சரிவர நடத்தவில்லை என்று அவர் நினைத்தால், அவர்களைக் கண்டிக்கவும் செய்வார். அவ்வாறு செய்வதன் மூலம், தாம் கடவுளுக்கே தொண்டு புரிந்ததாக நம்பினார் – கடவுளின் கருணா கடாட்சத்தைப் பெற்றவ ரல்லவா அவர்!

இரண்டு மணிக்கு, கிழவரைத் தவிர, பண்டசாலையிலிருந்த அனைவரும், ஏதாவதொரு வேலையில் தீவிரமாக ஈடுபட்டிருந்

தனர்; கிழவர் மட்டும் பேசியபடியே இருந்தார். ஒன்றுமே செய்யாமல் வெறுமே நின்றுகொண்டிருக்க லாப்தேவ் விரும்பவில்லை; எனவே, தையற்காரி ஒருத்தியிடமிருந்து ஏதோ ஒரு லேஸ் பின்னலை வாங்கிக் கொண்டான்; பிறகு வோலக்தாவிலிருந்து வந்த வியாபாரியான ஒரு வாடிக்கையாளரைப் பார்த்துப் பேசி, அவரைக் குமாஸ்தாக்களில் ஒருவனிடம் அனுப்பி வைத்தான்.

'தி. வி. ஏ.', 'ரா. ஜ. தி!' எழுத்தொலிகள் பண்டசாலை முழுவதிலும் எதிரொலித்தன (இவ்வெழுத்துக்களால் பண்டங்களின் விலைகளும் நம்பர்களும் குறிக்கப்பட்டன).

லாப்தேவ், தான் புறப்படும் முன்பு ஃபியோதரிடம் மட்டும் விடைபெற்றுக்கொண்டான்.

"நாளை பியாத்னித்ஸ்கயா வீட்டுக்கு என் மனைவியை அழைத்து வருகிறேன். ஆனால், அவள் வருத்தப்படும்படி தந்தை ஒரு சொல் சொன்னாலும் நான் உடனே புறப்பட்டு விடுவேன். இதை இப்போதே சொல்லிவிடுகிறேன்" என்றான்.

"இன்னும் நீ அப்படியேதானப்பா இருக்கிறாய்" என்று பெருமூச்செறிந்தான், ஃபியோதர். "கல்யாணமாகியும் மாறுதலைக் காணோமே, அலெக்ஸேய். நீ கிழவருக்குக் கொஞ்சம் சந்தோஷமுண்டாகும்படி நடந்துகொள்ளப்பா. சரி சரி, நாளைப் பதினொரு மணிக்கு நாங்கள் உனக்காகக் காத்திருப்போம். வழிபாடு முடிந்ததும் நேரே வந்துவிடு."

"நான் மாதாகோவிலுக்குப் போவதில்லையே."

"அது எப்படியாவது போகட்டும்; ஆனால், பதினொரு மணிக்குள்ளாகவே நீ வரவேண்டியதுதான் முக்கியம். அப்போதுதான் எல்லோருமாகக் கூடிப் பிரார்த்தனை செய்து விட்டுப் பகலுணவருந்த நேரமிருக்கும். என் தங்கைக்கு என் வாழ்த்துகளைத் தெரிவித்து, அவள் கையை முத்தமிட்டதாகக் கூறு. அவளிடம் பாசமாயிருப்பேன் என்பது எனக்குத் தெரியும்" என்று அந்தரங்கச் சுத்தியோடு ஃபியோதர் கூறினான். அலெக்ஸேய் படிக்கட்டுகளில் இறங்கிய போது, "அண்ணா, நீ திருமணம் செய்துகொண்டதைப் பார்த்துப் பொறாமைப்படுகிறேன்" என்று கூவினான் ஃபியோதர்.

"எதற்காகத்தான் இப்படி நாணிக் கோணுகிறானோ அம்மணமாயிருப்பவனைப்போல?" என்று நிகோல்ஸ்கயாத் தெருவழியாக நடந்தவாறு லாப்தேவ் நினைத்தான். ஃபியோதரிடம் ஏற்பட்டிருந்த மாறுதல் அவனுக்கு ஒரு புதிராகவே இருந்தது. 'அண்ணா, அருமை

அண்ணா, கடவுள் கருணையுள்ளவர், கடவுளை வணங்கு என்று அவன் எவ்வளவு விசித்திரமாகப் பேசுகிறான். அவன் இயூதுஷ்கா* போல இருக்கிறான்.'

6

மறுநாள் ஞாயிற்றுக்கிழமை. அன்று காலை பதினொரு மணிக்கு லாப்தேவும் அவன் மனைவியுமாகப் பியாத்னித்ஸ்கயாத் தெருவழியே சிறு வண்டியில் சென்றுகொண்டிருந்தனர். ஃபியோதர் ஸ்தெபானவிச் என்ன செய்வாரோ என்ற அச்சம் லாப்தேவை வாட்டியது. எனவே, அவர் வீட்டிற்குப் போவதில் அவனுக்கு எந்தவித மகிழ்ச்சியுமில்லை. தன் கணவன் வீட்டில் இரு இரவுகளைக் கழித்தபின், தன் திருமணமே பெருந்தவறு, ஒரே துன்பம் என்று யூலியா செர்கேயிவ்னா கருதிவிட்டாள். மாஸ்கோ தவிர வேறு எந்த நகரத்தில் வாழ நேர்ந்திருந்தாலும் அதைத் தான் ஒரு போதும் சகித்திருக்க முடியாது என்றே நினைத்தாள். மாஸ்கோ அவளை வசீகரித்துவிட்டது; அதன் தெருக்களும் வீடுகளும் மாதாகோயில் களும் அவளுக்கு மிகவும் பிடித்துவிட்டன. நல்ல ஜாதிக் குதிரைகள் பூட்டிய அற்புதமான ஸ்லெட்ஜ் வண்டி ஒன்றில், இலையுதிர்காலத்தின் சில்லென்ற காற்றைச் சுவாசித்தவாறு காலை முதல் இரவு வரையிலும் அவள் சுற்றித் திரியக் கூடுமானால், அவ்வளவு மகிழ்ச்சியற்ற மனவுணர்வு அவளுக்கு ஏற்படாது.

புதிதாகச் சுண்ணம் பூசிய வெண்ணிறமான இரட்டை மாடிக் கட்டடத்தின் பக்கமாக வண்டிக்காரன் குதிரையைக் கடிவாளம் வெட்டி, வலப்புறமாகத் திருப்பினான். அங்கே அவர்களை எதிர்பார்த்திருந்தனர் என்பது தெரிந்தது; இரண்டு போலீஸ் காரர்களும் புதிய மேற்சட்டையும் உயரமான பூட்ஸுகளும் ரப்பர் மேலுறைகளும் அணிந்த வாயில் காவலனும் கேட்டின் பக்கம் நின்றனர். வீட்டின் முன்பிருந்த தெருவின் பகுதியிலும் முற்றத்தில் வாசல்படிவரையிலும் ஒருவனும் வழுக்கிவிழாதபடி பனியின் மீது மணல் பரப்பியிருந்தது. வாயில் காவலன் தன் குல்லாயை எடுத்து வந்தவர்களை வரவேற்றான்; போலீஸ்காரர்களும் சலாம் செய்தார்கள்.

---

* இயூதுஷ்கா – 19ஆம் நூற்றாண்டின் பிரபலமான அங்கத எழுத்தாளரான மி. ஸல்திகோவ – ஷெத்ரீன் (1826 – 1889) எழுதிய கொலவ்லேவ் குடும்பம் என்னும் நாவலின் கதாநாயகனான இயூதுஷ்கா கொலவ்லேவ் இங்கே குறிப்பிடப்படுகிறார்.

கம்பீரமான முகத்துடன் ஃபியோதர் மணமக்களை கதவருகே எதிர் கொண்டான்.

"தங்கையே, உங்களைப் பார்த்ததில் எனக்கு ரொம்பச் சந்தோஷம்" என்று யூலியாவின் கையை முத்தமிட்டான். "உங்கள் வரவு நல்வரவாகட்டும்."

மாடிப்படிகளைக் கடந்து, கூட்டம் நிறைந்த நடைபாதை வழியாக ஃபியோதர் அவளை இட்டுச் சென்றான். கூடத்து வழியில் கூட மக்கள் நிறைந்திருந்தனர்; அங்கு தூப மணம் கமழ்ந்தது.

அங்கு நிலவிய சாவமைதிக்கு இடையே, ஃபியோதர், யூலியாவின் காதோடு காதாக, "இப்போது, எங்கள் தந்தைக்கு உங்களை அறிமுகம் செய்கிறேன். மதித்து வணங்க வேண்டிய கிழவர் அவர்; எங்கள் pater familias"* என்றான்.

பெரிய ஹாலில், பிரார்த்தனை நடத்துவதற்காகப் போட்டிருந்த மேசைக்கு அருகே, ஃபியோதர் ஸ்தெபானவிச், மதகுருக்களின் குல்லாயணிந்த ஒரு பாதிரி, கோயில் உதவிக் குரு ஆகிய மூவரும் நின்றனர். ஒன்றும் பேசாது, கிழவர் தம் கையை யூலியாவிடம் நீட்டினார். யாருமே பேசவில்லை. யூலியா பெருந்தடுமாற்றத்திற் குள்ளாகிவிட்டாள்.

புரோகிதனும் உதவிக் குருவும் தங்கள் கோயில் உடுப்புகளை அணிந்து கொண்டனர். தீப்பொறி பறக்க, கரி நெடியும் தூப வாசனையும் வீசிய தூபகலசத்தைக் கொண்டு வந்தனர். மெழுகுத் திரிகள் ஏற்றப்பட்டன. குமாஸ்தாக்கள் ஓசையெழுப்பாது அடிமேல் அடிவைத்து ஹாலுக்குள் வந்து, சுவர் மருங்கிலே இரு வரிசையாக நின்றனர். பெரும் அமைதி நிலவியது. இருமும் சத்தம்கூடக் கேட்கவில்லை.

"இறைவா, நின் நல்லருளை எங்கட்கு வழங்கு" என்று தொடங் கினான் உதவிக் குரு.

வழிபாடு பூரணபக்தியோடு நிகழ்ந்தது; எதுவும் விடுபட வில்லை; இரண்டு துதிப் பாசுரங்கள், ஒன்று கிறிஸ்துவுக்கும், ஒன்று புனிதத் தாய்க்குமாகப் படித்தனர். கோயில் பாடகர் ஏட்டில் தீட்டிய பாடல்களை நெடுநேரம் பாடினார். லாப்தேவ் தன் மனைவி யின் குழப்பத்தைக் கண்டு கொண்டான். துதிப் பாசுரம் படிக்கப் பட்டு, "கர்த்தரே கருணை கூர்வீர்" என மூன்று முறை எல்லா ஸ்தாயிகளிலும் பாடகர் பாடினார். அவ்வப்போது, கிழவர் எந்த நேரத்திலும் சரேலென்று திரும்பி, "உங்களுக்குச் சிலுவைக் குறியிடத்

* குடும்பத் தலைவர் (லத்தீன்)

தெரியவில்லையே" என்பது போன்ற எதையாவது சொல்லிவிடக் கூடுமென லாப்தேவ் அஞ்சினான். அங்கு அத்தனை பேர் கூடி யிருந்தது, புரோகிதர்களையும் பாடகர்களையும் குழாத்தையும் கொண்டு நடத்திய அந்தச் சடங்கு ஆகியவை அவனுக்குப் பிடிக்கவே யில்லை. அதில் ஒருவகைப் போலிப் பகட்டு இருந்தது போல் அவனுக்குத் தோன்றியது. ஆனால், கிழவருடன் சேர்ந்து யூலியாவும் பைபிளுக்குக் கீழாகத் தலைகுனிந்து பலமுறை முழந்தாளிட்ட போது, அவளுக்கு இதெல்லாம் பிடித்திருந்தது என்பதை உணர்ந்தான்; அது அவனுக்குக் கொஞ்சம் ஆறுதல் அளித்தது.

வழிபாடு முடியும் தருணத்தில், 'நீடிய வாழ்வு' பாடத் தொடங்கியபோது, பாதிரி, முதியவருக்கும் அலெக்ஸேயுக்கும் சிலுவையை முத்தமிடத் தந்தான்; ஆனால், யூலியா செர்கேயிவ்னா அதை முத்தமிட அவன் பக்கம் அணுகியபோது, கையால் சிலுவையை மூடிக்கொண்டு, தான் பேச விரும்புவதாகக் குறிப்புக் காட்டினான். உடனே பாடகர் மௌனமாகும்படி சிலர் கையமர்த்தினர்.

பாதிரி பேசத் தொடங்கினான்: "இறைவன் கட்டளையால் தீர்க்கதரிசி சாமுவல் பெத்லகம் போனார். நகரத்துப் பெரியவர்கள், அவர் வருவது கண்டு நடுங்கி நின்று, 'நீவீர் வருவது அமைதியுடன் தானே?' என்றனர். அது கேட்ட தீர்க்கதரிசி, 'அமைதியுடன்தான்; நான் இறைவனுக்குத் தியாகம் செய்யவே வந்துள்ளேன்; உம்மையே நீவீர் புனிதப்படுத்தி, என்னோடும் தியாகத்திற்கு வருவீர்' என்றார். இறைவனின் அடிமை யூலியா! இவ்வில்லத்திற்கு நீ அமைதியோடு தானே வந்துள்ளாய்...?"

யூலியாவின் முகம் உணர்ச்சிப் பெருக்கால் சிவந்தது. பேச்சை முடித்ததும், பாதிரி அவளிடம் சிலுவையை நீட்டிவிட்டு, முற்றும் மாறுபட்ட குரலில், "இப்போது ஃபியோதர் ஃபியோதரவிச் மணம் புரிந்துகொள்ள வேண்டிய நேரம் வந்துவிட்டது; இதுதான் தக்க தருணம்" என்றான்.

பாடகர் குழு மீண்டும் முழங்கிற்று. கூட்டம் உயிர் பெற்றது; அரவமும் இயக்கமும் அதிகமாயின. உணர்ச்சி வசப்பட்ட முதியவர், கண்ணீர் ததும்ப, யூலியாவை மும்முறை முத்தமிட்டார்; பிறகு அவள் முகத்தில் சிலுவைக் குறியிட்டு, "இது உங்களுடைய வீடு, நான் கிழவன்; எனக்கு ஒன்றும் வேண்டியதில்லை" என்று கூறினார்.

குமாஸ்தாக்கள் வாழ்த்துகளைச் சொல்லிக்கொண்டே முன்வந்தனர்; ஆனால், அவர்களின் வார்த்தைகள் பாடகர் குழுவின் இன்னிசையால் மூழ்கடிக்கப்பட்டன. பகல் சாப்பாட்டைப் பரிமாறினர்; அதில் ஷம்பேயின் ஒயின் இருந்தது. யூலியா கிழவரின்

பக்கமாக அமர்ந்தாள்; அவர் யூலியாவைப் பார்த்து, தனித்து வாழ்வது நல்லதல்ல என்றும் பாகப் பிரிவினைகளும் பிளவுகளும் அழிவுக்கு இட்டுச் செல்கின்றன. ஆதலால், எல்லோரும் ஒன்றாகக் கூடி ஒரே வீட்டில் வாழ வேண்டும் என்றும் சொன்னார்.

"நான் அதிகப் பணம் சேர்த்து விட்டேன்; பிள்ளைகளோ அதைக் காற்றோடு பறக்கவிடுகின்றனர். நீங்கள் இந்த வீட்டில் வாழ்ந்து எனக்கு உதவியாயிருக்க வேண்டும். நான் கிழவன்; இனி ஓய்வுகொள்ள வேண்டியதுதான்" என்றார் அவர்.

யூலியாவின் கணவனைப் போலவே தோற்றமுடைய, ஆனால் அவனைவிடச் சுலபமாக உணர்ச்சிவசப்பட்டு, கூச்சமடையக் கூடிய ஃபியோதர் எந்நேரமும் அவளைச் சுற்றி வட்டமிட்டபடி அவள் கையில் அடிக்கடி முத்தமிட்டான்.

முகத்தில் செம்புள்ளிகள் தோன்ற, "தங்கையே, நாங்கள் சாதாரண ஜனங்கள்தாம். சாதாரண ருஷ்யர்களைப் போல, கிறிஸ்தவர்களைப் போல எளிய வாழ்க்கையையே வாழ்கிறோம்" என்றான்.

எல்லாம் நல்லவிதமாகவே நடந்து, தான் அஞ்சியதற்கெல்லாம் ஆதாரமில்லாமற் போய்விட்டது கண்டு மன மகிழ்ந்த லாப்தேவ், வீடு திரும்பும் வழியில் மனைவியைப் பார்த்துச் சொன்னான்:

"இத்தகைய பலமும் திடகாத்திரமும் உடைய ஒருவர், ஃபியோதரையும் என்னையும் போன்ற மெலிந்த பிள்ளைகளைப் பெற்றிருப்பது ஏனோ என்று நீ அதிசயப்படலாம். ஆயினும், அதற்குக் காரணமில்லாமலில்லை. என் தாயை மணக்கும்போது அவருக்கு வயது நாற்பத்தைந்து; அவளுக்கோ பதினேழுதான். அவரைக் கண்டு பெரிதும் பயந்து நடுங்கினாள் என் தாய். நீனா முதலில் பிறந்தாள்; அப்போது என் தாய் ஓரளவு ஆரோக்கியத்துடனே இருந்தாள். அதனால்தான், நீனா எப்போதும் எங்களைவிட அதிக பலமும், உடல்நலமும் பெற்றிருந்தாள். தினமும் பயந்து நடுங்கி உருக்குலைந்த நிலையில்தான், எங்கள் தாய் ஃபியோதரையும் என்னையும் பெற்றெடுத்தாள். எனக்குச் சரியாக ஐந்து வயதுகூட ஆகாதபோது தந்தையார் முதன்முதல் எனக்குக் கல்வி புகட்ட, சரியாகச் சொன்னால் அடிக்கத் தொடங்கியது எனக்கு நினைவிருக்கிறது. அவர் என்னைக் கசையால் அடிப்பார், காதைப் பிடித்துத் திருகுவார், தலையில் குட்டுவார்; காலையிலெழுந்ததும், அன்று என்னை அவர் அடிப்பாரா மாட்டாரா என்னும் எண்ணந்தான் முதலில் வரும். ஃபியோதரும் நானும் விளையாடவோ ஓடித் திரியவோ அனுமதிக்கப்படவில்லை. அதிகாலையில் நடக்கும்

வழிபாட்டிற்குப் போய், பாதிரிகள், துறவியர்களின் கைகளில் முத்தமிட வேண்டும்; வீட்டிலோ துதிப் பாசுரங்களைப் படிக்க வேண்டும். உனக்குத் தெய்வபக்தி அதிகம். நீ அவற்றையெல்லாம் விரும்புகிறாய். ஆனால், எனக்கோ மதம் என்றாலே பயம்தான்; ஏதாவது ஒரு மாதாகோயில் அருகே செல்ல நேர்ந்தால், உடனே குழந்தைப் பருவம் நினைவுக்கு வரும், உடம்பெல்லாம் நடுக்கமெடுக்கும். எனக்கு எட்டு வயதான போதே, பண்டசாலையில் எடுபிடி வேலை செய்யத் தொடங்கினேன். அது என் உடல்நலத்திற்குப் பாதகம் விளைவித்தது. ஏனெனில், அங்கு நான் அடி வாங்காத நாளே அநேகமாக இருக்காது. பிறகு என்னைப் பள்ளிக்கு அனுப்பியபோது, பகலுணவு வரை எனக்குப் பாடம் நடக்கும்; பாடம் முடிந்ததும் பண்டசாலையில் நாள் முழுவதையும் கழிப்பேன். இப்படியே எனக்கு இருபத்திரண்டு வயது ஆகு மட்டும் நடந்துவந்தது. அப்போது, நான் பல்கலைக்கழகம் சென்றேன்; அங்கு யார்த்ஸெவுடன் சிநேகம் கொண்டேன். அவன் என்னை வீட்டை விட்டு வந்துவிடுமாறு யோசனை சொன்னான். அந்த யார்த்ஸெவ் எனக்கு எவ்வளவோ நன்மை செய்திருக்கிறான்" என்ற லாப்தேவ், களிப்புடன் சிரித்துக் கொண்டான். பிறகு, "இப்போது போய் அவனைப் பார்த்துவிட்டு வருவோமா? அவன் ரொம்பத் தங்கமான மனிதன். நம்மைப் பார்க்கப் பெரிதும் மகிழ்ச்சியடைவான்" என்று தொடர்ந்தான்.

7

நவம்பர் மாதத்தில் ஒரு சனிக்கிழமையன்று, அந்தோன் ரூபின்ஷ்தேய்ன் நடத்திய இசைக் குழுவினர், சிம்பனி எனும் வாத்திய இன்னிசை விருந்தளித்துக்கொண்டிருந்தனர். மன்றத்தில் ஒரே நெருக்கமும் புழுக்கமுமாக இருந்தது. லாப்தேவ் தூண்களுக்குப் பின்னால் நின்றான்; அவன் மனைவியும் கோஸ்த்யா கோச்சிவோயும் அவனிடமிருந்து சிறிது தூரத்தில், மூன்றாவது வரிசையிலோ, நான்காவது வரிசையிலோ அமர்ந்திருந்தனர். இடைவேளை அப்போதுதான் தொடங்கியது; திடீரென்று அவன் அந்தப் 'பேர்வழியை', பொலீனா நிக்கலாயெவ்னா ரஸ்ஸூதினாவைக் கண்டுவிட்டான். திருமணமான நாள் முதலாக, அவளைச் சந்திக்க நேரலாம் என்ற நினைப்பே அவனை அடிக்கடி பயத்திற்குள்ளாக்கிய துண்டு. இப்போது, தெளிவும் நேர்மையும் கலந்த அவளுடைய பார்வை அவன் பார்வையோடு எதிர்ப்பட்டபோது, அவளுக்கு நட்பு முறையில் சிறு விளக்கங்கூட எழுதவில்லையே என்ற எண்ணம் பிறந்து, அவன் முகம் வெட்கத்தால் சிவப்பேறிற்று. அவள் அவன்

கையை இறுகப் பற்றிக் குலுக்கிவிட்டு, "யார்த்ஸெவைப் பார்த்தீர்களா?" எனக் கேட்டாள்.

விடைபெறாமலே அவள் துரிதமாக, யாரோ பின்னாலிருந்து தன்னைத் தள்ளியது போலச் சென்றுவிட்டாள்.

நீண்ட மூக்கும் மிக மிக மெலிந்த உடம்புமுடைய அவள் அழகியல்ல. எப்போதுமே சோர்வுக்களை படிந்திருந்த அவளைப் பார்த்தால், தன் கண்களைத் திறந்து வைத்திருக்கவும், விழாமல் இருக்கவும் அவளுக்குப் பெருஞ்சுமையாயிருந்தது போல் தோன்றி விடும். அழகான கறும்பழுப்பு விழிகளும் கனிவும் அறிவும் நேர்மையும் கலந்த முகத்தோற்றமும் உடையவள். ஆனால், அவளது அங்க அசைவுகள் பாங்கின்றியும் திடுக்கு வெடுக்கென்றும் இருந்தன. அவளிடம் பேசுவது சுலபமான காரியமல்ல; காரணம், பிறர் பேச்சுக்கு அவள் செவி சாய்ப்பது அருமை; மேலும், அமரிக்கையாகப் பேச மாட்டாள். அவளைக் காதல் செய்வதென்பது கடினம். முகத்தைக் கைகளால் பொத்திக்கொண்டு, அவள் நீண்ட நேரம் சிரிப்பாள்; தன் வாழ்க்கையில் காதல் முக்கிய விஷயமல்ல என்பாள். காதலன் தன்னை முத்தமிடும் முன்பு எல்லா மெழுகு விளக்குகளையும் அணைக்க வேண்டும் என்று சொல்வாள். பதினேழு வயதுப் பெண்போல நடந்து வந்த அவளுக்கு வயதோ முப்பது. ஒரு பள்ளி ஆசிரியருக்கு வாழ்க்கைப்பட்டவள் அவள். ஆனால், கணவனைப் பிரிந்து அவள் வாழத் தொடங்கிப் பல்லாண்டுகள் ஆயின. இசைப் பயிற்சி அளித்தும், 'குவார்ட்டெட்' எனும் நால்வர் இசைக் குழுக்களில் பங்குகொண்டும் ஊதியம் பெற்றும் வாழ்க்கை நடத்தினாள்.

இசைக்கலைஞர்கள் 'ஒன்பதாவது சிம்பனியை' வாசித்துக் கொண்டிருந்த நேரத்தில், அவள் ஏதோ தற்செயலாகப் போவது போல அவனைக் கடந்து சென்றாள். ஆனால், தூண்களுக்கு அப்பால் நெருங்கியிருந்த கூட்டத்தை அவளால் ஊடுருவிச் செல்ல முடியவில்லை. சென்ற இரண்டு ஆண்டுகளிலும் நிகழ்ச்சிகளுக்குப் போனபோதெல்லாம் அணிந்திருந்த அதே வெல்வெட் ஜாக்கெட்தான் அணிந்திருந்தாள்; கையுறைகள் புதியன; விசிறி புதியது; ஆனால், மலிவானது என்பதையெல்லாம் லாப்தேவ் கவனித்தான். அவள் நன்றாக உடையணிய ஆசைப்பட்டவள்; எனினும், அதற்கு வேண்டிய திறமை அவளிடமில்லை. அத்துடன் ஆடைகளுக்குப் பணத்தைச் செலவிட மனம் வருவதில்லை; அவள் எப்போதும் அலட்சியமாகவே உடை உடுத்துவாள்; பாடம் போதிப்பதற்காக, கால்களை எட்டிப் போட்டுத் தெருவில் அவள் விரைந்து செல்வதைப் பார்த்தால், இளந்துறவியான ஓர் ஆண்பிள்ளை என்று தோன்றும்.

மன்றத்தில் கூடியிருந்தவர்கள் கைதட்டி ஆரவாரித்து, 'இன்னும் ஒரு முறை' என்று உரக்கக் கூவினர்.

"மாலைப் பொழுதை நீங்கள் என்னோடு கழிக்க வேண்டும்" என்று லாப்தேவின் அருகில் வந்து, அவனைக் கடுமையாகப் பார்த்தவாறு பொலீனா நிக்கலாயெவ்னா சொன்னாள். "இருவரும் இங்கிருந்து என் வீட்டுக்குத் தேநீர் அருந்தப் போவோம். நான் சொல்வது கேட்கிறதா? நீங்கள் வரத்தான் வேண்டும். நீங்கள் எனக்குப் பெரிதும் கடமைப்பட்டிருக்கிறீர்கள். எனவே, இந்த அற்ப விஷயத்தில் என் வேண்டுகோளை மறுப்பதற்கு உங்களுக்கு எவ்விதத் தார்மீக உரிமையும் கிடையாது."

"சரி, சரி" என்று உடன்பட்டான் லாப்தேவ்.

இசை நிகழ்ச்சி முடிந்ததும், கரகோஷம் நிற்கவேயில்லை; நன்றி செலுத்தும் வகையில் இசைக் குழுவினர் மேடை மீதே நிற்க வேண்டி வந்தது. கூட்டத்தினர் மன்றத்தை விட்டகல விரும்புவதாகத் தோன்றவில்லை. ஆயினும், லாப்தேவ் மனைவியிடம் எதுவும் சொல்லிக்கொள்ளாமல் போக முடியவில்லை. எனவே, அவன் கதவருகில் நின்றவண்ணம் காத்திருக்கும்படியாயிற்று.

"நான் ஒரு கிண்ணித் தேநீருக்கு ஏங்குகிறேன். ஒரே தாகமாயிருக் கிறது" என்று ரஸ்ஸூதினா குறைபட்டாள்.

"இங்கேயே நாம் தேநீர் அருந்தலாமே. சிற்றுண்டிச் சாலைக்குப் போகலாம் வாருங்கள்" என்றான் லாப்தேவ்.

"அந்த மாதிரி என்னால் பணத்தை வாரியிறைக்க முடியாது. நான் ஒன்றும் பணக்கார வியாபாரி அல்ல."

லாப்தேவ் அவளுக்குக் கைலாகு கொடுக்க வந்தான்; ஆனால், அவள் அதை மறுத்து விட்டாள். தான் பெண்ணானாலும் எந்த ஆடவனையும் சார்ந்திருக்க விரும்பவில்லை என்று கூறினாள். இந்த வார்த்தைகளை லாப்தேவ் பலமுறை கேட்டிருந்தான். அதனால்தான் அவை அவனுக்குச் சலிப்பைத் தந்தன.

அவனோடு பேசிக்கொண்டு, அவள் கூட்டத்தினரைப் பார்த்திருந்தாள்; தன்னையறிந்தவர்களோடு அடிக்கடி முகமன் பரிமாறிக்கொண்டாள்; அவர்கள் அவளைப் போலப் பெரும்பாலும் கெரியே இசைப் பயிற்சி வகுப்புகளையும் இசைக்கலைப் பள்ளியையும் சேர்ந்த மாணவர்களோ அவளுடைய சிஷ்யர்களோதாம். அவர் களுடன் அவள் தனக்கேயுரிய பாணியில் பலமாக, எதையோ

இழுப்பதுபோல, கைகுலுக்கினாள்; பின்னர் காய்ச்சல் கண்டவள் போன்று நடுக்கங்கொள்ளத் தொடங்கினாள்.

"நீங்கள் யாரைப் போய் மணந்திருக்கிறீர்கள்?" என்று அவனை ஏதோ வெறுப்புடன் நோக்கியவாறு அவள் இறுதியில் முணுமுணுத்தாள். "பைத்தியமே, உங்கள் கண்கள் எங்கே போயின? மூளையில்லாத அந்த மடச்சாம்பிராணியிடம் என்னத்தைக் கண்டுவிட்டீர்கள்? நானோ உங்களுடைய உள்ளத்தையும் ஆன்மாவையும் காதலித்தேன். ஆனால், இந்த அழகான பொம்மைக்கு, உங்கள் பணத்தைத் தவிர, வேறொன்றும் வேண்டியதில்லை!"

"அப்படியெல்லாம் ஒன்றும் சொல்லாதீர்கள், பொலீனா" என அவன் மன்றாடினான். "என் திருமணத்தைப் பற்றி நீங்கள் சொல்லக் கூடியதையெல்லாம் நானே பலமுறை சொல்லிக் கொண்டிருக்கிறேன். தயவுசெய்து, எனக்கு அனாவசியமான துன்பத்தைக் கொடுக்காதீர்கள்."

கடைசியில் யூலியா செர்கேயிவ்னா அவர்கள் கண்ணில் பட்டாள். அவள் கறுப்பு உடை அணிந்திருந்தாள். அவ்வாடையின் மீது, வழிபாட்டிற்குப் பின், மாமனார் அனுப்பிய பெரிய வைர 'புரூச்' சொருகப்பட்டிருந்தது. அவளைத் தொடர்ந்து, அவள் 'பரிவாரத்தினர்' – கோஸ்த்யா, நண்பர்களான இரண்டு வைத்தியர்கள், ஓர் அதிகாரி, மாணவர் உடுப்பணிந்த கீஷ் என்ற பெயருடைய பருமனான ஒரு இளைஞன் ஆகியோர் – வந்தனர்.

"கோஸ்த்யா உன்னை வீட்டிற்கு அழைத்துச் செல்வான். நான் சிறிது பொறுத்து வருகிறேன்" என்று லாப்தேவ் தன் மனைவியிடம் சொன்னான்.

யூலியா தலையசைத்துவிட்டு முன்சென்றாள். உடம்பெல்லாம் பதறியவளாய்ப் பொலீனா நிக்கலாயெவ்னா அவளையே பார்த்துக் கொண்டிருந்தாள். அவள் பார்வையில் வெறுப்பு, பகைமை, வேதனை எல்லாம் நிறைந்திருந்தன.

அவளுடைய வீட்டிற்குச் செல்ல லாப்தேவுக்கு மனமேயில்லை. அங்கு சென்றால், கண்ணீரும் கம்பலையும் கடுஞ்சொற்களும் – எல்லாம் வரும் என்றெண்ணினான். ஆதலின், உணவுச் சாலைக்குச் செல்லலாம் எனக் கூறினான்.

"இல்லை, என் வீட்டிற்கே போகலாம்" என்று அவள் ஆட்சேபனை செய்தாள்.

"உணவுச் சாலைகள் பற்றி என்னிடம் பேசாதீர்கள்."

உணவுச் சாலைகளை அவள் விரும்பவில்லை; அங்கு புகையிலை நாற்றத்தாலும் ஆண்களின் மூச்சினாலும் காற்று நஞ்சேறியிருப்பது போல் அவளுக்குத் தோன்றும். அறிமுகமில்லாத எல்லா ஆட வரையும் பற்றி அவள் விசித்திரமான தப்பபிப்பிராயம் கொண்டிருந் தாள். அவர்கள் எல்லோரும் பெண்களைப் பலாத்காரம் செய்பவர்கள் என்றும், எந்நேரமும் தன்னைத் தாக்கிவிடக் கூடியவர்கள் என்றும் அவள் கருதினாள். மேலும், உணவுச் சாலைகளில் வாசிக்கப்படும் இசை அவளுக்குத் தலைவலியைக் கொடுத்தது.

அவர்கள், பிரபுக்கள் கிளப்பிலிருந்து வெளிக் கிளம்பி, ஒரு வாடகை வண்டியில் ஏறி, ரஸ்ஸூதினா வாழ்ந்த சவ்யோலவ்ஸ்கி சந்துக்குச் சென்றனர். வழிநெடுக லாப்தேவ் அவளைப் பற்றிச் சிந்தித்த வண்ணமாயிருந்தான். அவள் சொன்னது உண்மைதான்; அவன் அவளுக்குப் பெரிதும் கடமைப்பட்டிருந்தான். அவனது நண்பன் யார்த்ஸெவுக்கு அவள் இசைக்கலை பற்றிய தத்துவத்தைப் போதித்து வந்த காலத்தில்தான், அவன் அவளை முதலில் கண்டான். அவனிடம் அவள் கொண்டிருந்த காதல் ஆழமானது; முழுக்க முழுக்கத் தன்னலமற்றது. அவர்கள் இருவரும் ஒன்றாகக் கூடி வாழத் தொடங்கிய பிறகுங்கூட, அவள் தொடர்ந்து பாடஞ் சொல்லிக் கொடுத்து வந்தாள்; முன்போலவே, மிகக் கடுமையாக உழைத்துவந்தாள்; இசையைப் புரிந்துகொள்ளவும், அதன்மேல் ஆசைகொள்ளவும் அவனுக்குக் கற்பித்தவள் அவளே.

“ஒரு கிண்ணித் தேநீருக்கு என் சாம்ராஜ்யத்தைக் கொடுத்து விடுவேன்!” என்று, சளிபிடித்துக்கொள்ளாதபடி வாயை மறைத்துக் கொண்டு ஆழ்ந்த குரலில் சொன்னாள். “இன்று ஐந்து பாடங்கள் நடத்தினேன். சே, சனியன்கள்! அத்தனையும் மந்தபுத்தி படைத்த நிர்மூடக் கூட்டம். நான் அலுத்துக் களைத்துச் செத்தே போனேன். இந்த அடிமை நிலை என்றுதான் தீருமோ, எனக்குத் தெரியவில்லை. முந்நூறு ரூபிள் சேமித்தேனோ இல்லையோ, எல்லாவற்றையும் அப்படியே விட்டு விட்டு, கிரீமியாவுக்குப் போவேன். கடற்கரையில் படுத்துத் தூய காற்று வாங்குவேன். கடல் என்றால் எனக்கு எவ்வளவு ஆசை தெரியுமா!”

“நீங்கள் எங்குமே செல்லமாட்டீர்கள்” என்றான் லாப்தேவ். “முதலாவது நீங்கள் ஒருபோதும் எதையும் சேமிக்க மாட்டீர்கள்; இரண்டாவது பணத்தைச் செலவிட உங்களுக்கு மனம் வராது. என்னை மன்னிக்க வேண்டும். ஆனாலும், நான் மீண்டும் சொல்கிறேன்; அந்தத் தொகையை உங்கள் நண்பர்களிடம் கடனாகப் பெறுவதைவிட, பொழுது போகாத காரணத்தால் உங்களிடம் பாடம் படிக்கும் சோம்பேறிகளிடமிருந்து கோபெக்குக் கோபெக்காகவே வசூலித்து

அந்த மூன்றுறையும் சேர்ப்பது உண்மையிலேயே குறைந்த அளவு மானக்கேடான விஷயமா என்ன?"

"எனக்கு நண்பர்களே கிடையாது" என்றாள் எரிச்சலோடு. "தயவு செய்து, உளறிக் கொட்டாதீர்கள். நான் தொழிலாளி வர்க்கத்தைச் சேர்ந்தவள்; அந்த வர்க்கத்திற்குள்ள ஒரே அனுகூலம், தன் தார்மீகச் சிறப்பைப் பற்றிய அறிவும் பீடைபிடித்த வியாபாரி களிடமிருந்து கடன் வாங்காமல் இருக்கும் உரிமையும், வெறுப்பதற் குள்ள உரிமையுமேதான். அப்பனே, நீங்கள் என்னை விலைக்கு வாங்க முடியாது! நான் யூலியா அல்ல!"

லாப்தேவ் வண்டிச் சத்தத்தைக் கூலியைக் கொடுக்க முயல வில்லை; கொடுத்தால், பலமுறை நேர்ந்திருந்தது போல், இன்னொரு முறை அவள் வசவுகளைக் கேட்க நேரிடும் என்பதை அவன் நன்கறிவான். எனவே, வண்டிச் சத்தத்தை அவளே கொடுத்தாள்.

திருமணமாகாத ஒரு பெண்ணிடமிருந்து, சிறிய அறையை வாடகைக்கு எடுத்து, அதில் வசித்து வந்தாள் பொலீனா நிக்க லாயெவ்னா; தன் சாப்பாட்டிற்கும்கூட அந்தப் பெண்ணிடமே ஏற்பாடு செய்திருந்தாள். பல்ஷாயா நிகீத்ஸ்கயா தெருவில் இருந்த யார்த்ஸெவின் வீட்டில் அவளது பெரிய பியானோ கிடந்தது; பயிற்சிக்காக வேண்டி, அன்றாடம் அங்கு சென்றாள். அவள் அறையில் உறை போட்ட சில சாய்வு நாற்காலிகள், மெல்லிய வெள்ளைப் போர்வையால் மூடப்பட்ட படுக்கை, வீட்டுக்காரிக்குச் சொந்தமான பூஞ்செடித் தொட்டிகள் ஆகியவை இருந்தன. சுவர்களைப் படங்கள் அணி செய்தன. அந்த அறையில் குடியிருப்பது ஒரு பெண் என்பதையோ, குறிப்பாக முன்னாள் மாணவி என்பதையோ காட்டக்கூடிய எதுவும் இல்லை. அலங்கரிப்பதற்கான மேசை இல்லை. புத்தகங்கள் இல்லை; பீரோகூட இல்லை. அவள் வீடு சேர்ந்தாளோ என்பதும், படுக்கையிலிருந்து காலையில் எழுந்த சிறிது நேரத்தில் வீட்டை விட்டுப் புறப்படுவாள் என்பதும் தெளிவாகத் தெரிந்தன.

சமையல்காரி சமோவாரை உள்ளே கொணர்ந்தாள். பொலீனா நிக்கலாயெவ்னா தேநீர் தயாரித்தாள்; அந்த அறையில் ஒரே குளிராயிருந்ததால் அவள் உடல் நடுங்கியது; 'ஒன்பதாவது சிம்பனியில்' பங்கு கொண்ட பாடகர்களைப் பற்றிய விமர்சனத்தைத் தொடங்கினாள். அவளது கண்கள் களைப்பினால் சோர்ந்திருந்தன. அவள் ஒரு தம்ளர் தேநீர் அருந்தினாள். இன்னொரு தம்ளரும் பிறகு மூன்றாவதும் அருந்தினாள்.

"ம்... உங்களுக்குக் கல்யாணமாகிவிட்டதாக்கும்" என்றாள் திடீரென்று. "ஆனால், நீங்கள் கவலைப்படாதீர்கள், நான் ஒன்றும் துயரத்தால் வாடி அழிந்துவிடப் போவதில்லை. என் நெஞ்சத்தி லிருந்து உங்களைப் பிடுங்கிவிட என்னால் முடியும். இருந்தாலும், எல்லா ஆண்களையும் போல நீங்களும் கெட்டவராக இருப்பதைக் காண என் உள்ளம் புண்படுகிறது; நீங்கள் பெண்ணிடம் வேண்டுவது, அவள் மனத்தை அல்ல, சரீரத்தை, அழகை, இளமை... இளமை" என்று மூக்கொலியோடு, யாரோ ஒருவனைப் போன்று பேசிக் காட்டுவது போலத் திரும்பவும் சொல்லிவிட்டுச் சிரித்தாள். "இளமை! நீங்கள் விரும்புவது Reinheit! Reinheit"* நாற்காலியின் பின்புறம் சாய்ந்து, மீண்டும் கடகடவெனச் சிரித்தாள்.

சிரிப்பை நிறுத்தியபோது அவள் விழிகளில் கண்ணீர் ததும்பியது.

"நீங்கள் சந்தோஷமாகவாவது இருக்கிறீர்களா?" என்று கேட்டாள்.

"இல்லை."

"அவள் உங்களைக் காதலிக்கிறாளா?"

"இல்லை."

லாப்தேவ் கலங்கிய மனத்தோடு, மகிழ்ச்சியில்லாத வகையில், எழுந்து அறையில் அங்குமிங்குமாக உலாவினான்.

"இல்லை" என்று திரும்பச் சொன்னான். "பொலீனா, உண்மையைச் சொல்கிறேன், எனக்குச் சந்தோஷமென்பதே கிடையாது. ஆனால், என்ன செய்வது? ஒரு பெருந்தவறைச் செய்துவிட்டேன்; இனி, அதைத் திருத்த முடியாது. அதைப் பற்றிக் கவலைப்பட்டுப் பயனில்லை. அவள் என்னைக் காதல் இல்லாமல் மணந்து கொண்டாள். முட்டாள்தனமாக, ஆம், ஒருவேளை பொருளாசை காரணமாகவும் இருக்கலாம். ஆனால், முழுக்கவுமல்ல. இப்போது அவள் தன் தவறைப் புரிந்துகொண்டாள் என்று தெரிகிறது; அதனால் அவதிப்படுகிறாள். நான் அதைப் பார்க்கிறேன். பகல் நேரத்தில் அவள் என்னுடன் ஐந்து நிமிடம் கூடத் தனித்திருக்க அஞ்சுகிறாள்; எனவே, உல்லாசத்தை நாடி, மக்கள் சமூகத்தைத் தேடுகிறாள். என்னோடிருக்க அவள் பயப்படுகிறாள், வெட்கப்படுகிறாள்."

"ஆனால் உங்கள் பணத்தை எடுத்துக்கொள்ள மட்டும் வெட்க மில்லையோ?"

---

* தூய்மை, கற்பு (ஜெர்மன்)

“அப்படிச் சொல்வது அறிவீனம், பொலீனா” என்று அலறினான் லாப்தேவ், “அவளிடம் பணம் இருந்தாலும் இல்லாவிட்டாலும் அவளுக்கு ஒன்றுதான். அதனால்தான் என்னிடமிருந்து பணம் பெறுகிறாள். பரிசுத்தமான மனதையுடைய நல்ல பெண். அவள் என்னை மணமுடித்துக்கொண்டது தன் தந்தையிடமிருந்து விலகியிருக்க வேண்டும் என்னும் ஒரே காரணத்தால்தான்.”

“நீங்கள் பணக்காரனாக இல்லாதிருந்தாலும் உங்களை அவள் மணந்திருப்பாள் என்று நிச்சயமாக நம்புகிறீர்களா?” என்று ரஸ்ஸூதினா வினவினாள்.

“எதையும் என்னால் நிச்சயமாகச் சொல்ல முடியாது” என்று துக்கத்தோடு விடையளித்தான் லாப்தேவ். “எதுவும் சொல்ல முடியாது. எனக்கு எதுவும் புரியவில்லை, பொலீனா. உங்களைக் கெஞ்சிக் கேட்கிறேன். இந்தப் பேச்சை நாம் இத்தோடு நிறுத்திக் கொள்வோம்.”

“அவளை நீங்கள் காதலிக்கிறீர்களா?”

“ஆம், வெறிபிடித்தாற்போல.”

நீண்டநேரம் மௌனம் நிலவியிருந்தது. அவள் நான்காவது முறையாகத் தேநீர் அருந்தினாள். அவனோ தன் மனைவியைப் பற்றி நினைத்துக்கொண்டு அறையில் மேலும் கீழும் நடந்து கொண்டிருந்தான்; அவள் ஒருவேளை டாக்டர்களின் கிளப்பில் உணவருந்திக் கொண்டிருக்கலாம் என எண்ணினான்.

“ஏன், காதலிக்கிறோம் என்பதை அறியாமலே காதலிப்பது சாத்தியமா?” என்று அவள் தோள்களைக் குலுக்கிக்கொண்டே கேட்டாள். “இல்லை, இது வெறும் மிருக உணர்ச்சியைத் தவிர வேறல்ல. நீங்கள் மதி மயங்கிக் கிடக்கிறீர்கள். அந்த அழகிய உடலையும் Reinheitஐயும் கண்டு உங்களுடைய பார்வை மழுங்கி விட்டது. என்னைத் தனியே விட்டுவிடுங்கள். நீங்கள் ஆபாசம் பிடித்தவர். அவளிடம் போங்கள்.”

கதவைச் சுட்டிக்காட்டிவிட்டு, அவன் தொப்பியை எடுத்து, அவன்மீது விட்டெறிந்தாள். அவன் ஏதும் பேசாமல் ‘பர்’ அணிந்து வெளியேறினான். ஆனால், அவள் அவன் பின்னால் ஓடிக் குலுங்கிக் குலுங்கி அழுதவண்ணம் அவன் தோள்களைக் கெட்டியாகப் பிடித்துத் தொற்றிக்கொண்டாள்.

அவள் பிடியைத் தளர்த்தும் வீண் முயற்சியில் ஈடுபட்டவாறு, “தயவு செய்யுங்கள். பொலீனா, வேண்டாம், பொலீனா.” என்று

லாப்தேவ் மீண்டும் மீண்டும் சொன்னான். "சாந்தப்படுத்திக் கொள்ளுங்கள். உங்களைக் கெஞ்சுகிறேன்."

அவள் கண்களை மூடினாள்; முகம் வெளிறிப்போய் விட்டது. அவளது நீண்ட மூக்கு விரும்பத்தகாத விதமாக, சவத்தைப் போல மெழுகு நிறம் பெற்றது. லாப்தேவுக்கு அவள் விரல்களின் பிடியைத் தளர்த்தவே முடியவில்லை. மயக்கமுற்றிருந்த அவளை மெல்லெனத் தூக்கிப் படுக்கையின் மீது கிடத்தி, அவளுக்கு நினைவு வரும் வரையில் சுமார் பத்து நிமிடம் அவள் அருகிலே அவன் அமர்ந்திருந் தான். அவள் கைகள் சில்லிட்டன. அவளது நாடி இலேசாகவும் ஒழுங்கின்றியும் துடித்தது.

கண்களைத் திறந்து பார்த்து, "வீட்டிற்குப் போங்கள்" என்றாள். "போய்விடுங்கள், இல்லாவிடில் நான் மீண்டும் அழத் தொடங்குவேன். நானே என்னைத் தேற்றிக்கொள்ள வேண்டும்."

அங்கிருந்து கிளம்பி, தனக்காக எல்லோரும் காத்திருந்த டாக்டர்கள் கிளப்புக்குப் போகாமல், நேரே வீட்டுக்குச் சென்று விட்டான். செல்லும் வழி நெடுக, அவளைப் பற்றியே சிந்தித்த வாறு இருந்தான். ஒரு காலத்தில் தன் மனைவியாகவும் தோழியாகவும் இருந்து, உண்மையிலேயே தன்னைக் காதலித்த அவளை ஏன் மணந்துகொள்ளாமற் போனோம் என்று மனக்கசப்போடு தன்னையே கேட்டுக்கொண்டான். அவள் ஒருத்திதான் அவனிடம் பாசமாயிருந் தாள்; தவிரவும், கூர்ந்த மதியும் பெருமித உணர்வும் உடைய, உழைத்துச் சலித்துப் போன அந்தப் பிறவிக்கு, இன்பத்தையும் இருப்பிடத்தையும் அமைதியான வாழ்வையும் தந்திருந்தால், போற்றத்தக்க அற்புதமான செயலாக அது இருந்திருக்கலாகாதா? அழகுக்கும் இளமைக்கும் தன் கைக்கு எட்டாத இன்ப வாழ்க்கைக்கும் உரிமை கொண்டாட அவன் யார்? தண்டனைக்கோ அல்லது ஏளனத்திற்கோ உள்ளானவன் போல, கடந்த மூன்று மாதங்களாக இந்த இருளடர்ந்த ஒடிந்த மனோநிலையில் தன்னை வைத்திருந்ததும் அந்த இன்பவாழ்வு பற்றிய ஆசைதானே? என்றெல்லாம் தன்னைத் தானே கேட்டுக் கொண்டான். அவனுடைய புதுமணப் பருவம் கழிந்து நெடுநாட் களாகிவிட்டன. ஆனால், இன்னும் அவன் தன் மனைவி எத்தகையவள் என்பதை அறிந்து கொள்ளவில்லை, இது ஒரு வேடிக்கையான விஷயமாகத் தோன்றலாம். ஆயினும் உண்மையே. பள்ளிச் சிநேகிதர் களுக்கும் தந்தைக்கும் ஐந்து பக்கங்கள் கொண்ட கடிதங்கள் அவள் எழுதுவதுண்டு. அவற்றில் எழுதி வைக்க அவளுக்கு நிறைய விஷயங்கள் இருக்க வேண்டும். ஆனால், அவனிடம் மட்டும் காலநிலை பற்றியோ

அல்லது பகலுணவோ மாலையுணவோ கொள்ளுவதற்கு நேரமாகி விட்டது பற்றியேதான் பேசுவாள். படுக்கைக்குப் போகுமுன் அவள் தெய்வத்தை வேண்டி, சிறு சிலுவைகளையும் பூசைப் படங்களையும் முத்தமிடுவதைக் கவனிக்கும்போது, “அவள் எதற்காக இப்படிப் பிரார்த்திக்கிறாள்?” என்று அவனால் வெறுப்போடு எண்ணாமல் இருக்க முடிவதில்லை. அவளுடன் படுக்கைக்குச் செல்லும் போதும், அவளை அணைத்துக் கொள்ளும் போதும் பணத்தை எடுத்துக் கொள்வதாக அவன் தனக்குள் சொல்லிக் கொண்டான். இதன்மூலம் அவளையும் தன்னையுமே அவமானப்படுத்தி விட்டதாக நினைத்துக் கொண்டான். ஆனால், அது மிகக் கொடூரமாக இருந்தது. திடகாத்திரமும் துணிச்சலும் நிறைந்து பழிபாவத்துக்கு அஞ்சாதவளாக அவள் இருந்திருப்பின், அவ்வாறு நினைக்கலாம். ஆனால், அவளோ அடக்க ஒடுக்கமும் மெல்லிய உள்ளமும் கள்ளமறியாத கண்களும் உடைய இளம் பெண்ணாயிற்றே... அவள் மணமகளாக இருந்தபோது, அவளது தெய்வபக்தி அவன் உள்ளத்தைத் தொட்டது. எனினும் இன்று, பழங்கால மரபாக அமைந்துவிட்ட அவள் கருத்துகளும் கோட்பாடுகளும் உண்மையை மறைத்து நிற்கும் சுவராக அவனுக்குத் தோன்றின. அவன் வாழ்வு கலப்பற்ற வேதனை மயமாகிவிட்டது. ஆடலரங்கில் அவன் மனைவி, பக்கத்தில் அமர்ந்து நெஞ்சாரச் சிரிக்கும் போதோ நெடுமூச்செறியும் போதோ, அந்த இன்பத்தை அவனுடன் பகிர்ந்து கொள்ளாமல், அவளே துய்ப்பதைப் பார்க்க அவன் மனம் புண்ணாகிவிடும். குறிப்பிடத்தக்க அம்சம் என்ன வென்றால், அவள் அவனுடைய நண்பர்களுடன் வெகு சிறப்பாகப் பழகி வந்தாள்; அவர்கள் எல்லோரும் அவளை நன்கு அறிந்திருந் தார்கள்; அவன் மட்டும் ஒன்றையும் அறிந்துகொள்ளவில்லை; பொறாமையின் வேதனை நெஞ்சைக்குடைய, மனமுறிந்து, மௌன மாகத் துன்பப்பட மாத்திரமே அவனால் முடிந்தது.

வீடு திரும்பியதும், லாப்தேவ் ஆடையை மாற்றிக்கொண்டு, தன் படிப்பறையில் ஒரு நாவல் படிப்பதற்காக அமர்ந்தான். அவன் மனைவி இன்னும் வீட்டிற்கு வரவில்லை. அரைமணி நேரத்திற்குப் பின், மணி அதிர்ந்தது; ஃபியோதர் கதவைத் திறக்க விரைந்தது, அவன் செவியில் பட்டது. வந்தது யூலியாதான். மென்மயிர்க் கோட்டணிந்திருந்த அவள் படிப்பறைக்குள் வந்தாள். குளிரில் அடிபட்டு, அவள் கன்னங்கள் இளஞ்சிவப்பேறியிருந்தன.

“பிரேஸ்னியாவில் பெருந்தீப்பற்றி எரிகிறது” என்று மூச்சடைக்கச் சொன்னாள். “வானம் முழுதும் தகதகவெனச் சிவந்து கிடக்கிறது. கோஸ்த்யாவுடன் அங்கு செல்ல விரும்புகிறேன்.”

“தாராளமாகப் போ.”

அவளது மேனித் தளதளப்பையும் அவள் கண்கள் வெளியிட்ட குழந்தைமைத் திகிலையும் கண்ட லாப்தேவின் மனம் அமைதியுற்றது. மேலும் அரைமணி படித்து விட்டுப் படுக்கைக்குச் சென்றான்.

மறுநாள், பொலீனா நிக்கலாயெவ்னா, தான் இன்னொரு முறை அவனிடம் பெற்ற இரு புத்தகங்கள், அவனது கடிதங்கள், நிழற்படங்கள் அனைத்தையும் பண்டசாலைக்கு அனுப்பி வைத்தாள். அவற்றுடன், "முடிந்தது!" என்னும் ஒரே சொல்லைக் கொண்ட ஒரு துண்டுக் காகிதமும் இருந்தது.

8

அக்டோபரின் கடைசியில், நீனா ஃபியோதரவ்னாவின் நிலை மிகச் சீர்கெடத் தொடங்கிவிட்டது. அவளுடைய எடை மிக வேகமாகக் குறைந்து கொண்டே வந்தது. அவளது முகத்தில் ஒரு மாறுதல் தோன்றியது. கொடிய வலியால் வாடிய போதிலும், தான் தெளிந்து வருவதாகவே அவள் எண்ணிக்கொண்டாள். ஒவ்வொரு காலையிலும், முற்ற முழுக்க நலமுடையவள்போல உடையணிந்து கொள்வாள்; பிறகு அத்துணிமணிகளோடே படுக்கையில் படுத்தபடி நாள் முழுவதையும் கழிப்பாள். மிகப் பிரயாசைப்பட்டு எதைப் பற்றியோ தணிந்த குரலில் பேசுவாள். சாவு அவளுக்குத் திடீரென்று வந்தது.

அன்றிரவு நிலாவொளி மிகத் தெளிவாக இருந்தது. சிறிது நேரத்திற்கு முன் விழுந்திருந்த வெண்பனிமீது மக்கள் சறுக்கு வண்டிகளில் சவாரி செய்தனர்; தெருவில் கிளம்பும் சத்தமும் அறையில் நன்றாகக் கேட்டது. நீனா ஃபியோதரவ்னா படுக்கையில் படுத்திருந்தாள். அவளருகில் சாஷா உட்கார்ந்து தூங்கியிருந்தாள். குழந்தையோடு முறை கொண்டு உட்கார இப்போது யாருமில்லை.

"அவன் தந்தைவழிப் பெயர் எனக்கு நினைவில்லை" என்று நிதானமான குரலில் சொல்லிக்கொண்டிருந்தாள் நீனா ஃபியோதரவ்னா. "ஆயினும், அவனது இயற்பெயர் இவான், குலப்பெயர் கோச்சிவோய். அவன் அரசாங்கத்தில் சிறு அதிகாரி, மிகவும் ஏழை; மிகப் பெரிய குடிகாரன், கடவுள் அவன் ஆத்மாவுக்கு அமைதியருளட்டும். அவன் எங்கள் வீட்டுக்கு அடிக்கடி வந்து போய்க்கொண்டிருப்பான். ஒவ்வொரு மாதமும், நாங்கள் அவனுக்கு ஒரு பவுண்டு சர்க்கரையும் ஒரு தேயிலைப் பொட்டணமும் தருவோம். சிலவேளை பணங்கூடக் கொடுப்போம். ஆம்... பிறகு ஒருநாள், அந்தக் கோச்சிவோய் அதிகமாகக் குடித்து விட்டுச் செத்துப் போனான். வோத்காவே

அவனுக்கு எமனாய் முடிந்தது. சுமார் ஏழுவயதுச் சிறுவனான தன் மகனைத் தவிக்க விட்டுச் சென்றான்... திக்கற்ற அந்த ஏழைச் சிறுவனை நாங்கள் எடுத்து, குமாஸ்தாக்கள் இருப்பிடத்தில் மறைத்து வைத்தோம். ஒரு வருஷம் வரை அதைப் பற்றி அப்பாவுக்கு எதுவும் தெரியாது. தெரிந்த பிறகும் அவர் ஒன்றும் சொல்லவில்லை. அந்த அனாதைச் சிறுவனான கோஸ்த்யாவுக்கு ஒன்பது வயது நெருங்கியது; அதற்குமுன்பே, என் கல்யாண விஷயம் நிச்சயமாகிவிட்டிருந்தது; அப்போது அவனைப் பொதுப் பள்ளிகள் எல்லாவற்றுக்கும் கொண்டுசென்றேன். ஆனால், யாரும் அவனைச் சேர்த்துக்கொள்ள வில்லை. பாவம், அவனோ அழுதான். 'முட்டாள் பயலே, எதற்கடா அழுகிறாய்?' என்றேன். ரஸ்குலாய் தெருவில் உள்ள பொதுப் பள்ளிக்கு அவனை இட்டுச் சென்றேன். ஆண்டவன் அருளால், அவனை அங்கு ஏற்றுக்கொண்டனர். பிறகு, ஒவ்வொரு நாளும் அந்தச் சிறுவன் பியாத்னித்ஸ்கயாவிலிருந்து ரஸ்குலாய்க்கும், ரஸ்குலாயிலிருந்து பியாத்னித்ஸ்கயாவுக்கும் நடந்தே சென்றான். அலெக்ஸேய் அவன் படிப்புக்குப் பணம் கொடுத்தான். ஆண்டவன் அருளால், அந்தச் சிறுவன் நன்றாகப் படித்துத் தேறிவிட்டான். அவன் இப்போது மாஸ்கோவில் வழக்கறிஞனாக இருக்கிறான்; அலெக்ஸேயின் நண்பன் அவன்; அலெக்ஸேயைப் போலவே அவனும் மெத்தப் படித்தவன். அந்த ஏழைப் பையனை நாங்கள் எடுத்து, வளர்த்து அவனுக்கு இருப்பிடம் தந்தது ஒரு நல்ல காரியந்தான். இப்போது அவன் பிரார்த்தனை செய்யும்போது எங்களை அநேகமாக நினைத்துக்கொள்வான்... ஆம்..."

அவள் குரல் பையப்பைய மெலிந்து ஒடுங்கிற்று; நீண்ட நேரம் தயங்கித் தயங்கிப் பேசினாள். சிறிது நேரம் அமைதியாக இருந்த பின், அவள் திடுமென எழுந்து உட்கார்ந்தாள்.

"நன்றாயிருப்பதாக... எனக்குத் தெரியவில்லை. கடவுளே எனக்குக் கருணை காட்டமாட்டாயா! என்னால் மூச்சுவிட முடிய வில்லையே"

தன்னுடைய தாய் விரைவில் சாகப் போகிறாள் என்பதை அறிந்து கொண்டாள் சாஷா; அவள் கன்னங்கள் திடுமெனக் குழிவிழுந்து வெளிறிப்போன விதத்தைப் பார்த்ததும், முடிவு நெருங்கிவிட்டது என்பதை ஊகித்துக்கொண்டாள். அவளுக்குப் பயம் ஏற்பட்டு விட்டது.

"அம்மா, அம்மா வேண்டாம். வேண்டாம்" என்று தேம்பினாள்.

“கண்ணே, நீ சமையலறைக்கு ஓடி யாரேனும் ஒருவனை அப்பாவைக் கூட்டி வரச் சொல். எனக்கு உடம்பு ரொம்ப மோசமாயிருக்கிறது.”

சாஷா வேலையாட்களைக் கூவிக்கொண்டு அறைகளெல்லாம் ஓடினாள். ஆனால், லீதா தவிர வீட்டில் யாருமே இல்லை; அவளோ, உண்டியறையில், முழுக்க உடையணிந்து கொண்டு, ஒரு பெட்டிமீது, தலையணையும்கூட இல்லாமல் உறங்கினாள். சாஷா, கோட்டையோ அல்லது ரப்பர் மேல்ஜோடுகளையோ அணியாமலே முற்றத்து வழியாகத் தெருவுக்கு ஓடினாள். வாயிற்கதவுக்கு வெளியே நர்ஸ் பலகைமீது அமர்ந்து அங்குமிங்கும் செல்லும் சறுக்கு வண்டிகளைப் பார்த்துக் கொண்டிருந்தாள். பனிக்கட்டியால் மூடப்பட்டிருந்த நதியில், ‘ஸ்கேட்டிங் ரிங்’ இருந்த இடத்தில், இராணுவ வாத்தியக் கோஷ்டியின் இசை முழங்கிக்கொண்டிருந்தது.

“நர்ஸம்மா, நர்ஸம்மா, அம்மாவுக்கு உயிர் போகுது, அப்பாவை உடனே கூப்பிடணும்...” என்று தேம்பித் தேம்பி அழுதாள் சாஷா.

நர்ஸ் படிக்கட்டேறிப் படுக்கையறை சென்றாள். நோயாளியை ஒரு பார்வை பார்த்துவிட்டு, கொளுத்திய மெழுகுவர்த்தியை அவளது கைகளில் செருகினாள். யாராவது ஒருவன் தந்தையைப் போய் அழைத்து வருமாறு கெஞ்சிக்கொண்டே சாஷா பெருந்திகிலுடன் அங்குமிங்கும் ஓடினாள். பிறகு கோட்டையும் சால்வையும் அணிந்து தெருவுக்கு ஓடினாள். தந்தைக்கு இன்னொரு மனைவியும், இரு சிறு பெண்களும் உண்டு என்றும், அவர்கள் பஜார்னையாத் தெருவில் வாழ்ந்து வந்தனர் என்றும் வேலையாட்கள் சொல்ல அவள் கேட்டிருக்கிறாள். அழுத கோலமாய், வழிப்போக்கர்களைப் பார்க்கும் போதெல்லாம் பயந்துபோய் அவள் தெருவழியாக ஓடினாள். விரைவில் அவள் உடல் குளிரால் நடுங்கத் தொடங்கியது; கால்கள் ஆழமாக வெண்பனியில் மூழ்க ஆரம்பித்தன.

வாடகை வண்டி ஒன்று வந்தது; ஆனால், அவள் அதை அமர்த்திக் கொள்ளவில்லை. வண்டிக்காரன் தன்னை நகருக்கு வெளியே கொண்டுபோய், வழிப்பறி செய்து, இடுகாட்டில் தன்னை எறிந்துவிடுவானோ என்ற அச்சத்தால்தான் (வேலைக்காரர்கள் தேநீர் பருகியபோது ஒரு சமயம் இது போன்ற ஒரு நிகழ்ச்சியைச் சொல்லக் கேட்டிருந்தாள் அவள்). மூச்சடைக்கும் அளவுக்கு அலுத்துக் களைத்து, அழுது கொண்டே, மேலும் மேலும் விரைந்தாள்; பஜார்னையாத் தெருவையடைந்ததும் பனவூரவ் வீடு எது என்று அறிமுகமில்லாத ஒரு பெண்ணைக் கேட்டாள். அப்பெண்ணோ விரிவான விளக்கம் தரத் தொடங்கினாள். தான் சொல்லி வந்ததைக் குழந்தை புரிந்து கொள்ளவில்லை என்பதைக் கண்டதும், சாஷாவின்

கையைப் பற்றிக்கொண்டு ஒற்றைமாடி வீடு ஒன்றின் முன்பாக அவளை அழைத்துச் சென்றாள். கதவு பூட்டாமல் கிடந்தது. முன்னறையின் வழியாகப் புகுந்து, நடைபாதையைக் கடந்து ஓடினாள் சாஷா; பளிச்சென்ற வெளிச்சம் நிறைந்த வெதுவெதுப்பான அறையொன்றில் தன் தந்தை பெண் ஒருத்தியோடும் இரண்டு சிறுமிகளோடும் சமோவாருக்கருகில் அமர்ந்து தேநீர் அருந்துவதைப் பார்த்தாள். ஆயினும், சாஷாவுக்கு இப்போது ஒரு வார்த்தைகூடச் சொல்ல முடியவில்லை; தேம்பித் தேம்பி அழத்தான் முடிந்தது. அவள் ஏன் அங்கு வந்தாள் என்பதைப் பனவூரவ் உடனே ஊகித்துக் கொண்டான்.

"அம்மாவா? அவள் நிலை மோசமாகிவிட்டதா?" என்றான். "என்னம்மா, அம்மாவின் நிலை மோசமாகிவிட்டதா, சொல்லேன்?"

சட்டென்று எழுந்து வாடகை வண்டிக்காக ஆள் அனுப்பினான்.

அவர்கள் வீடு வந்துசேர்ந்தபோது, சுற்றிலும் தலையணைகள் இருக்க, கையில் மெழுகுத்திரியை ஏந்தியபடி நீனா ஃபியோதரவ்னா படுக்கையில் அமர்ந்திருந்தாள். அவள் முகம் கறுத்திருந்தது. கண்கள் மூடியிருந்தன. அறையில், நர்ஸ், சமையல்காரி, வேலைக்காரி, பிரகோபிய் என்னும் கூலியாள், அண்டை அயலார்கள் பலபேர் ஆகியோர் கதவருகில் ஒரே கூட்டமாக இருந்தனர். செவியில் பட்டதும் படாததுமாக நர்ஸ் ஏதோ சில கட்டளைகளிட்டாள். ஆனால், அவள் என்ன செய்யச் சொன்னாள் என்பதை அங்கு யாருமே புரிந்து கொள்ளவில்லை. சன்னலின் பக்கம், வெளுத்துப் போய், இன்னும் தூக்கம் தெளியாதவளாய் லீதா, தன் தாயின்மீது வைத்த கண்களை வாங்காமல் நின்றாள்.

நீனா ஃபியோதரவ்னாவின் கையிலிருந்த மெழுகுத்திரியை எடுத்துக்கொண்டு வெறுப்புடன் முகத்தைச் சுளித்தவாறு பனவூரவ் அதை அப்பால் விட்டெறிந்தான்.

"என்ன பயங்கரம்!" என்றான். அவனது தோள்கள் குலுங்கின. "நீனா, படுத்துக்கொள்ளம்மா" என்று மனங்குழையச் சொன்னான்.

"கண்ணே, படுத்துக்கொள்."

அவள் அவனைப் பார்த்தாள். யாரென்று புரிந்து கொள்ளவில்லை... அவளைப் படுக்கவைத்தனர்.

பாதிரியும் வைத்தியர் செர்கேய் பரீசவிச்சும் வந்து சேர்ந்தபோது, எசமானியின் ஆத்மா சாந்தியடைவதற்காக, வேலையாட்கள் பயபக்தியுடன் சிலுவைக் குறியிட்டு, பிரார்த்தனைகளை முணுமுணுத்துக்கொண்டிருந்தனர்.

"பாவம், கொஞ்ச வயதுதான், இன்னும் நாற்பதாகவில்லையே" என்று விருந்தினர் அறைக்குள் போய்க்கொண்டே சிந்தனையில் மூழ்கியவராய்ச் சொன்னார் வைத்தியர்.

இளஞ்சிறுமிகள் விம்மி விம்மி அழுதனர். கண்களில் நீர் மல்க, வெளிறிப்போன பனவூரவ் வைத்தியரிடம் வந்து, வாடிய தளர்ந்த குரலில் பேசினான்:

"ஐயா, தாங்கள் எனக்கோர் உதவி செய்ய வேண்டும், தயவு செய்து, மாஸ்கோவுக்குத் தந்தி அனுப்புங்கள். நான் பெரிதும் களைத்துச் சோர்ந்து போயிருக்கிறேன்."

வைத்தியர் மை தருவித்து மகளுக்கு ஒரு தந்தி வரைந்தார். "மாலை எட்டுக்கு நீனா ஃபியோதரவ்னா காலமானாள். த்வரியான்ஸ் கயாத் தெருவிலுள்ள வீடு கடனுக்காக விலையாவதைக் கணவனுக்குத் தெரிவி. ஒன்பதாயிரம் சேர்க்க வேண்டும். பன்னிரண்டாந் தேதி ஏலம். தவறாதே."

9

பழைய செயின்ட் பிமென் கோயிலுக்கு அருகில், மாலயா திமீத்ரவ்கா வீதியைச் சேர்ந்த சந்து ஒன்றில் லாப்தேவ் வாழ்ந்தான். தெருவை நோக்கியிருந்த அப்பெரிய வீடு தவிர, முற்றத்திலிருந்த இரட்டை மாடி வீட்டைத் தன் நண்பன் கோஸ்த்யா கோச்சி வோய்க்காக அவன் வாடகைக்கு அமர்த்தியிருந்தான். கோஸ்த்யா கோச்சிவோய், இளம் வழக்கறிஞன்; அவனைக் குழந்தைப் பருவத்தி லிருந்து நன்கு தெரியுமாதலால், லாப்தேவ் குடும்பத்தினர் வெறுமே கோஸ்த்யா என்றே அழைப்பர். ஒரு பிரெஞ்சுக் குடும்பத்தார், கணவனும் மனைவியும் ஐந்து பெண்களுமாகக் கோஸ்த்யாவின் வீட்டுக்கு எதிராக இருந்த மற்றொரு இரட்டை மாடி வீட்டில் வசித்தனர்.

அன்று ஒரே குளிர். சன்னல்களில் பனி படர்ந்திருந்தது. காலையில், கோஸ்த்யா படுக்கையை விட்டெழுந்து, முகத்தில் கவலைக்குறியோடு, ஏதோ ஒரு மருந்து பதினைந்து துளிகள் அருந்தினான்; பிறகு புத்தக அலமாரியிலிருந்து டம்பெல்ஸ்களை எடுத்து உடற்பயிற்சி செய்யத் தொடங்கினான். அவன் உயரமாக வும் மிக ஒல்லியாகவுமிருந்தான்; அடர்ந்த சிவப்பு மீசையுடையவன்; அவனிடமிருந்த குறிப்பிடத்தக்க அம்சம், அசாதாரணமாக நீண்டிருந்த அவன் கால்களே.

ஜாக்கெட்டையும் பருத்தித் துணியால் தைக்கப்பட்ட கால்சட்டைகளையும் அணிந்த நடுத்தர வயதினன் ஃபியோதர் சமோவாரை உள்ளே கொணர்ந்து, தேநீர் தயாரித்தான்.

"இன்று பொழுது நன்றாயிருக்கிறது ஐயா" என்றான் அவன்.

"இருக்கலாமப்பா; ஆனால், நீயும் நானும் அதைப் பற்றி மகிழ்ச்சியடைவதற்கு ஒன்றுமில்லையே."

ஃபியோதர் அடக்கமாகப் பெருமூச்செறிந்தான்.

"சிறுமிகள் என்ன செய்கிறார்கள்?" என்று கோஸ்த்யா கேட்டான்.

"பாதிரி இன்னும் வரவில்லை. அலெக்ஸேய் ஃபியோதரவிச் அவர்களுக்குப் பாடம் சொல்லிக் கொடுக்கிறார்."

சன்னல் கண்ணாடியில் பனி உறையாத ஓர் இடத்தைக் கண்டான் கோஸ்த்யா. உடனே தூரதிருஷ்டிக் கண்ணாடியை எடுத்து, பிரெஞ்சுக் குடும்பத்தினர் வசித்த வீட்டின் சன்னல்களைப் பார்க்கத் தொடங்கினான்.

"எதையும் பார்க்க முடியவில்லையே" என்றான்.

அதே நேரத்தில், அலெக்ஸேய் ஃபியோதரவிச் சாஷாவுக்கும் லீதாவுக்கும் வேதப் பாடம் ஒன்றைப் போதித்துக் கொண்டிருந்தான். அந்தச் சிறுமிகள் ஆறு வார காலமாக மாஸ்கோவில் சிறு வீட்டின் கீழ்க்கட்டில் தங்களது ஆசிரியையுடன் வாழ்ந்து வந்தனர். பாதிரி ஒருவரும் நகரத்துப் பொதுப்பள்ளி ஆசிரியர் ஒருவருமாக வாரத்திற்கு மூன்று முறை வந்து அவ்விருவருக்கும் பாடம் போதித்தனர். பைபிள் நூலின் புதிய ஏற்பாட்டை சாஷா கற்று வந்தாள். லீதாவோ அண்மையில்தான் பழைய ஏற்பாட்டைக் கற்கத் தொடங்கினாள். முந்திய தினம் பாடம் நடந்தபோது, ஆப்ரகத்தைப் பற்றிய பகுதி வரையில் புத்தகத்தைப் படிக்கும்படி லீதாவிடம் சொல்லியிருந்தார் அந்தப் பாதிரியார்.

"சரி, ஆதாமுக்கும் ஏவாவுக்கும் இரு பிள்ளைகளிருந்தனர். ரொம்ப நல்லது. அவர்கள் பெயர் என்ன? உனக்கு நினைவிருக் கிறதா?" என்று கேட்டான் லாப்தேவ்.

வழக்கம்போல் கடிய முகத்தோடு, லீதா மேசையை வெறிக்கப் பார்த்தாள். அவள் இதழ்கள் அசைந்தன. மூத்தவளோ கவலைக் குறியோடு அவளை நோக்கினாள்.

"உனக்குத்தான் நன்றாய்த் தெரியுமே. பயப்படாதே?" என்றான் லாப்தேவ். "சரி, ஆதாமின் புத்திரர்கள் பெயரென்ன?"

“ஏபெல், கேபெல்” என உதட்டோடு உதடாகச் சொன்னாள் லீதா.

“கேயினும் ஏபெலும்” என அவளைத் திருத்தினான் லாப்தேவ்.

பெரிய கண்ணீர்த் துளி ஒன்று, லீதாவின் கன்னத்திலிருந்து புத்தகத்தின் மேல் விழுந்தது. கண்ணீர் சிந்தும் தறுவாயிலிருந்த சாஷா, தன் விழிகளைத் தாழ்த்தினாள்; அவள் முகம் சிவந்து போயிற்று. லாப்தேவுக்குப் பரிதாபத்தினால் பேச முடியவில்லை. எழுந்து, ஒரு சிகரெட்டைப் பற்றவைத்தான். அப்போதுதான், கோஸ்த்யா கைகளில் ஒரு செய்தித்தாளுடன், மாடியிலிருந்து இறங்கி உள்ளே வந்தான். சிறுமிகள் எழுந்து, அவனை நிமிர்ந்து பார்க்காமலே வணங்கி நின்றனர்.

“அப்பா சாமி, தயவு செய்து இவர்களுக்கு இந்தப் பாடத்தைப் போதிப்பாயா?” என்று அவனைக் கெஞ்சினான் லாப்தேவ். “நானே அழத் தொடங்கிடுவேனோ என்று அஞ்சுகிறேன்; தவிர, பகலுணவுக்கு முன் நான் பண்டசாலைக்குப் போக வேண்டும்.”

“சரி, ஆகட்டும்.”

அலெக்ஸேய் ஃபியோதரவிச் புறப்பட்டான். கோஸ்த்யா, கடுகடுத்து, மிகவும் கண்டிதமான முகத்தோடு, மேசையின் பால் அமர்ந்து, பைபிள் நூலைத் தன் பக்கமாக நகர்த்தினான்.

“சரி, எதுவரைக்கும் படித்திருக்கிறீர்கள்?” என்று கேட்டான்.

“பிரளயம் பற்றி அவளுக்குத் தெரியும்” என்றாள் சாஷா.

“அவளுக்குத் தெரியுமா? ஓகோ! அந்தப் பிரளயத்தைப் பற்றிச் சளசளப்போமா? எங்கே அதைப்பற்றிக் கொஞ்சம் உளறிக் கொட்டுங்கள்.” பிரளயத்தைப் பற்றி நூலில் சுருக்கமாகக் கொடுத்திருந்த விவரங்களை விரைவாகப் படித்துவிட்டுப் பேசத் தொடங்கினான் கோஸ்த்யா: “இருந்தாலும் நான் இதை உங்களுக்குச் சொல்லி வைக்க வேண்டும்; இங்கு சொல்லியிருப்பது போன்ற பிரளயம் எதுவும் ஏற்பட்டதேயில்லை. நோவா என்னும் ஒருவனும் இருந்ததில்லை. கிறிஸ்து பிறப்பதற்கு ஆயிரக்கணக்கான வருஷங்களுக்கு முன்பு, உண்மையில் ஒரு வெள்ளப் பெருக்கு ஏற்பட்டதுண்டு. அதைப் பற்றிய குறிப்பைப் பழைய கால யூதர்களின் பைபிள் நூலில் மட்டுமல்ல, கிரேக்கர், ஹால்தீயர், இந்துக்கள் போன்ற பிற பண்டைய மக்களின் நூல்களிலும் நீங்கள் காணலாம். ஆனால், அவ்வெள்ளப் பெருக்கு எத்துணைதான் பெரிதாக இருப்பினும், அது பூமி முழுவதையும் மூழ்கடிக்கக் கூடியதாக இருந்திருக்க முடியாது; ஒருவேளை

சமவெளிகள் அதில் மூழ்கி இருக்கலாம்; ஆனால் மலைகள் எல்லாம் மூழ்கியிருக்கலாம்; இந்த நூலைப் படிப்பதால் கெடுதல் ஒன்றுமில்லை. ஆனால், அது சொல்லும் அனைத்தையும் நீங்கள் அப்படியே நம்ப வேண்டியதில்லை."

லீதாவின் கண்களிலிருந்து மறுபடியும் கண்ணீர் வழியத் தொடங்கிற்று. முகத்தைத் திருப்பித் திடீரென்று வாய்விட்டழுதாள்; அதைக் கேட்டு கோஸ்த்யா திடுக்கிட்டுப்போய் நாற்காலியிலிருந்து எழுந்தான்.

"நான் வீட்டிற்குப் போக வேண்டும். அப்பாவிடம், நர்ஸிடம் போக வேண்டும்" என்று செறுமினாள்.

சாஷாவும் அழத் தொடங்கினாள். கோஸ்த்யா மாடிக்குப் போய் டெலிபோனில் யூலியா செர்கேயிவ்னாவை அழைத்து, "அம்மா தாயே, குழந்தைகள் மீண்டும் அழுகின்றன. எனக்கு என்ன செய்வதென்றே தெரியவில்லை" என்றான்.

கடுங்குளிராயிருப்பினும் யூலியா செர்கேயிவ்னா, மேல் கோட்டைப் போட்டுக் கொள்ளாமல் கம்பளிச் சால்வை மட்டும் போர்த்திக் கொண்டு பெரிய வீட்டினின்றும் விரைந்து வந்தாள்.

"நான் சொல்வதைக் கேளுங்கள், கேளுங்கள்" என்று குழந்தை களைத் தன்னோடு தழுவியணைத்துக்கொண்டு மன்றாடினாள். "உங்கள் அப்பா இன்று வருவார். உனக்கு ஒரு தந்தியும் அனுப்பி யிருக்கிறார். அம்மா போனது துக்ககரமானதுதான். உங்கள் இருவரையும் பார்க்க என் மனம் நோகிறது. ஆனால், நாம் என்ன செய்ய முடியும்? கடவுள் இட்டதற்கு மாறாக நாம் போக முடியாது."

சிறுமிகள் அழுகையை நிறுத்தியதும், அவர்களை வண்டி யிலேற்றிக் கொண்டு ஊர் சுற்றக் கிளம்பினாள். அவர்கள் மாலயா திமீத்ரவ்கா தெருவுக்குப் போய், பிறகு ஸ்திரஸ்த்னோய் கோயிலைக் கடந்து, திவேர்ஸ்காயா தெருவுக்கு வண்டியைச் செலுத்தினர். இவெர்ஸ்கயா கோயிலில் அவர்கள் ஒவ்வொருவரும், பூசைப்படங் களுக்கு எதிரே மெழுகு விளக்கை வைத்து, முழந்தாளிட்டுத் தொழுதனர். திரும்பும் வழியில், அவர்கள் பிலிப்போவின் கடையின் பக்கம் இறங்கி, கசகசா தெளித்த சில வளையல் ரொட்டிகளை வாங்கினர்.

மணி இரண்டுக்கும் மூன்றுக்கும் இடைப்பட்ட நேரத்தில் லாப்தேவின் வீட்டில் பகலுணவு அருந்துவது வழக்கம்; ஃபியோதர் தான் உணவு பரிமாறுவான். எல்லா வேலைகளையும், ஃபியோதர் தான் செய்வான்; பகல் வேளையில் அஞ்சல் நிலையத்திற்கு, பண்ட

சாலைக்கு, கோஸ்த்யாவுக்காக மாவட்ட நீதிமன்றத்துக்கு ஓடுவான், மாலை நேரத்தில், அவன் சிகரெட் சுருட்டுவான்; இரவில் வருவோர்களுக்குக் கதவைத் திறப்பான். அதிகாலையில் ஐந்து மணிக்கு எழுந்து அடுப்பைப் பற்ற வைப்பான். எப்போது அவன் உறங்கினான் என்பது யாருக்கும் தெரியாது. சோடா பாட்டில்களைத் திறப்பதில் அவனுக்கு அலாதிப் பிரியம்; ஒரு துளிகூடச் சிந்தவிடாமல் அதை வெகு திறமையாகச் செய்வான்.

சூப் அருந்துவதுற்குமுன் ஒரு கிளாஸ் வோத்காவைக் குடித்த போது, “உங்கள் நலத்திற்காக...” என்றான் கோஸ்த்யா.

யூலியா செர்கேயிவ்னாவுக்கு முதலில் கோஸ்த்யாவைப் பிடிக்கவில்லை; அவனது முரட்டுக் குரல். ‘அவனை உதைத்துத் தள்ளினேன்’, ‘அவனை மண்டையிலடித்தேன்’, ‘அழுகல்’, ‘அடுப்பில் போடு’ என்பன போல அவன் வழங்கும் சில சொற்கோவைகள், மது அருந்துமுன் தனது கிண்ணத்தை மற்றவனின் கிண்ணத்தோடு உராயும் பழக்கம், ஒவ்வொரு கிளாஸ் ஒயின் பருகும்போதும் ஒரு குட்டிப் பிரசங்கம் செய்தல் ஆகியவை எல்லாம் அவளுக்கு வெகு கொச்சையாகப்பட்டன. ஆயினும், கோஸ்த்யாவோடு நெருங்கிப் பழகியதும், அவனுடன் இருப்பதில் ஒரு கலகலப்புக் கண்டாள். அவன் எதையும் ஒளிவுமறைவின்றி அவளிடம் கூறுவான்; மாலை வேளைகளில், அவளோடு அமைதியாக உரையாடுவதை விரும்பினான்; தான் எழுதிய நாவல்களை அவளுக்குப் படிக்கக் கொடுத்தான். அவற்றை லாப்தேவ், யார்த்ஸெவ் போன்ற நெருங்கிய நண்பர்களுக்குக் கூடத் தெரியாமல், அவன் இதுகாறும் மறைவாக வைத்திருந்தான். அவள் அந்த நாவல்களைப் படித்துவிட்டு, அவன் மனம் புண் படாமலிருக்கும்படி அவற்றைப் பாராட்டுவாள். அதில் அவனுக்குப் பெருமகிழ்ச்சி; ஏனெனில், என்றாவது ஒருநாள் தான் ஒரு பிரபலமான எழுத்தாளனாகப் போவதாக அவன் நம்பினான். விவசாயிகளையும் நிலப்பிரபுக்களையும் பற்றி மட்டுமே அவன் எழுதினான்; இத்தனைக்கும் தன் நண்பர்களைக் காணச் சென்ற ஒரு சில சந்தர்ப்பங்களில்தாம் அவன் நாட்டுப்புறத்தில் வசித்தவன்; தன் வாழ்க்கையில் ஒரே முறைதான் ஒரு நிலப்பிரபுவின் வீட்டுக்குள் போயிருந்தவன்; அதுவும் சட்டத்துறை சம்பந்தமான ஒரு காரியமாக வொலகலாம்ஸ்க் என்னும் ஊருக்குச் சென்றிருந்தபோதுதான், காதலைப் பற்றி எழுதுவதை அவன் தவிர்த்துவந்தான். ஆனால், அடிக்கடி இயற்கையைப் பற்றிப் புனைந்துரைப்பான். அவ்வாறு உரைப்பதில், ‘மலைகளின் விசித்திர மான தோற்றம்’, ‘மேகங்களின் விந்தையான வடிவம்’ அல்லது ‘புரிந்து கொள்ளாத ஒலிகளின் சுரக்கோவை’ என்பன போன்ற வாசகங்களை வழங்குவதில் அவனுக்குத் தனி ஆர்வம். அவனது நாவல்கள் ஒருபோதும்

அச்சேறியதில்லை; அதற்குக் காரணம் அரசாங்கத் தணிக்கை முறை தானென்று விளக்குவான்.

வழக்கறிஞனாக இருப்பதில் அவனுக்கு விருப்பந்தான்; இருந்தாலும் தான் சட்டத்துறையிலல்ல, இலக்கியத் துறையில்தான் முக்கியமான பணியாற்ற வேண்டியவன் எனத் திடமாக நம்பினான். அவன் எப்போதும் கலையில் மயங்கி ஈடுபடுவான். தனக்கு இயற்கை யிலேயே, நேர்த்தியான கலையுணர்வு உண்டு என்பதில் அவனுக்கு உறுதி. அவனுக்குப் பாடவோ அல்லது ஏதேனும் இசைக் கருவியை வாசிக்கவோ தெரியாது; அவனுக்குச் சங்கீதத்தில் எவ்விதத் திறமையு மில்லை; ஆயினும், எல்லா இசைக் கச்சேரிகளுக்கும் தவறாமல் சென்று வருவான். தானும் தரும நோக்கத்தோடு அப்படிப்பட்ட கச்சேரிகளுக்கு ஏற்பாடு செய்வான்; பாடகர்களுக்குத் தன்னை அறிமுகப்படுத்திக் கொள்வான். பகலுணவின்போது, ஒரே பேச்சு மயம்தான்.

"நீங்கள் நம்பினாலும் சரி, நம்பாவிட்டாலும் சரி, ஃபியோத ருக்குத் திடீரென்று இன்னோர் அதிசயமான யோசனை தோன்றி யிருக்கிறது. 'நம்முடைய கம்பெனியின் நூற்றாண்டு விழாவை எப்போது கொண்டாட வேண்டும் என்பதைக் கண்டறிந்து, பிரபுக்கள் குழாத்தில் நம்மைச் சேர்த்துக்கொள்ளக் கோரி விண்ணப் பிக்கலாம்' என்கிறான். இதை விளையாட்டுக்காகச் சொல்லவில்லை. உண்மையிலேயே அப்படி நினைக்கிறான். எனக்கு என்ன செய்வ தென்றே தெரியவில்லை. ஒளிவுமறைவின்றிச் சொல்கிறேன்; நான் கவலைப்படத் தொடங்குகிறேன்."

ஃபியோதரைப் பற்றியும், வேறு யாரோ ஒருவனைப்போல் தன்னைக் கருதிப் பாசாங்கு செய்வது, எப்படி இப்போதெல்லாம் ஒரு நாகரிகப் பாங்காக மாறியிருக்கிறது என்பது பற்றியும் பேச்சு திரும்பியது. உதாரணமாக, சாதாரண வியாபாரியைப் போல ஃபியோதர் நடந்துகொள்ள முயல்கிறான்; ஆனால், உண்மையில் அவன் வியாபாரியல்ல. லாப்தேவின் தந்தை பள்ளியின் நிர்வாகி; அதில் வேலை செய்யும் ஓர் ஆசிரியர், தம் ஊதியத்தைப் பெற ஃபியோதரிடம் வரும்போது, அவன் தன் குரலையும் நடையையும் மாற்றிக்கொண்டு தான் தலைவராக இருப்பது போன்ற தோரணை யில் பேசுவான்.

வேறு வேலையில்லாததால், பகலுணவுக்குப் பின் அவர்கள் படிப்பறைக்குப் போயினர். 'நசிவு இலக்கிய' எழுத்தாளர்களைப் பற்றியும், 'ஆர்லியன்ஸ் மடந்தை' எனும் நாடகம் பற்றியும் பேசினர். அந்நாடகத்திலிருந்து, கோஸ்த்யா, நீண்டதொரு பகுதியை

ஒப்பித்தான்; அப்படிச் செய்வதில் தான் எர்மோலவாவை* ஒப்ப நடிப்பதாக அவன் நம்பினான். அதன்பின் அவர்கள் சீட்டாட்டத்தில் இறங்கினர். சிறுமிகள், தங்கள் அறைகளுக்குச் செல்லாமல், ஒரு சாய்வு நாற்காலியிலேயே அமர்ந்திருந்தனர். இருவரும் வெளிறிப் போய், துக்கத்தோடு, தம் தந்தை வருவார் என்னும் நம்பிக்கையில், அவ்வழியே போகும் ஒவ்வொரு வண்டி ஓசையையும் கேட்ட வண்ணம் இருந்தனர். குறிப்பாக மாலை வேளையில், மெழுகு விளக்குகள் ஏற்றிய போதுங்கூட, அவர்கள் மிகவும் சங்கடப்பட்டனர். சீட்டாடிக்கொண்டிருந்த பெரியவர்களின் பேச்சு, ஃபியோதருடைய காலடி ஓசை, கணப்படியில் விறகு சடபட என எரியும் சத்தம் ஆகிய எல்லாம் அவர்களைக் கலங்கச் செய்தன. அனல் கொழுந்து விட்டெரிவதைப் பார்க்க அவர்களுக்கு விருப்பமில்லை. அழவும் கூட மனமில்லை. அவர்கள் உள்ளங்களைப் பயம்பிடுங்கித் தின்றது. தங்கள் தாய் இறந்திருக்கும்போது, மற்றவர்களுக்கு எல்லாம் எப்படிப் பேசிச் சிரிக்க மனம் வந்தது என்பதே அவர்களுக்குப் புரியவில்லை.

“தூரதிருஷ்டிக் கண்ணாடியின் மூலம் இன்று என்ன பார்த்தீர்கள்?” என்று கோஸ்த்யாவைக் கேட்டாள் யூலியா செர்கேயிவ்னா.

“இன்று ஒன்றுமில்லை; ஆனால், நேற்று அந்தக் கிழப் பிரெஞ்சுக்காரன் குளிப்பதைக் கண்டேன்.”

ஏழு மணிக்கு, யூலியா செர்கேயிவ்னாவும் கோஸ்த்யாவும் மாலிய் தியேட்டருக்குப் போயினர். லாப்தேவ் சிறுமிகளுடன் வீட்டில் தங்கியிருந்தான்.

கைக்கடிகாரத்தைப் பார்த்துவிட்டு, “உங்கள் அப்பா இங்கு கட்டாயம் வந்திருக்க வேண்டும். ஆனால், ரயில் தாமதமாகியிருக்கும்” என்றான்.

குழந்தைகள் ஒன்றும் வாய் பேசாமல், குளிரில் நடுங்கும் சின்னஞ்சிறு பிராணிகள் போல, ஒன்றையொன்று நெருங்கிக் கொண்டு சாய்வு நாற்காலியில் அமர்ந்திருந்தனர்; சில நிமிடங்களுக்கு ஒருமுறை பொறுமை இழந்தவனாய்க் கைக்கடிகாரத்தைப் பார்த்துக்கொண்டு லாப்தேவ், அங்குமிங்குமாக நடையிட்டுக் கொண்டிருந்தான். வீட்டில் ஒரே அமைதி நிலவியது. பத்து மணி நெருங்கியதும், வாயில்மணி அடித்தது. ஃபியோதர் கதவு திறக்கச் சென்றான்.

தந்தையின் குரலைக் கேட்டதும் சிறுமிகள் வாய் விட்டலறி அவனிடம் பறந்தோடினர். அவன் ஆடம்பரமான கோட்டு

---

* பிரபலமான ருஷ்ய நடிகை

அணிந்திருந்தான்; அவனது தாடியும் மீசையும் உறைபனி படிந்து நரைத்துப் போனவை போலக் காட்சியளித்தன.

சாஷாவும் லீதாவும் மாறி மாறி அழுவதும் சிரிப்பதுமாக அவனுடைய சில்லிட்டிருந்த கைகளிலும் தொப்பியிலும் கோட்டிலும் முத்தமாரி பொழிந்தனர்; அவர்களைப் பார்த்து, "போதும், போதும்" என அவன் முறுமுறுத்தான். அழகனும் சோர்ந்தவனும் அன்பிலே ஊறித் திளைத்தவனுமான பனவூரவ் அவர்களை மெதுவாகக் கொஞ்சிக் குலவினான்; பிறகு படிப்பறைக்குள் சென்றான். அங்கு கைகளைத் தேய்த்துக்கொண்டபடியே, "நான் நீண்ட நாள் இங்கிருக்க மாட்டேன். நண்பர்களே, நாளை நான் பீட்டர்ஸ்பர்க் போகிறேன். வேறொரு நகரத்தில் எனக்கு வேலை கொடுப்பதாக உறுதியளித்திருக் கிறார்கள்" என்றான்.

அவன் 'ட்ரேஸ்டன்' விடுதியில் தங்கியிருந்தான்.

10

லாப்தேவ் வீட்டிற்கு இவான் கவ்ரீலவிச் யார்த்ஸெவ் என்பவன் அடிக்கடி வந்து செல்வான். அவன் நல்ல கட்டுமஸ்தான உடலமைப்பும் கறுப்புத்தலை முடியும் இனிய, அறிவு விளங்கும் முகமும் உடையவன். பொதுவாக அவனை அழகானவன் என்றே கருதினர். ஆயினும், சிலகாலமாக அவன் பருத்துவிட்டதாலும் தலைமுடியை ஒட்ட வெட்டிக் கொண்டதாலும், அவன் தோற்றம் சிறிது அழகற்றுப் போயிற்று. பல்கலைக்கழகத்தில் படித்துக் கொண்டிருந்தபோது அவன் மிக உயரமாகவும் பலசாலியாகவும் இருந்ததனால் 'மிரட்டல் பேர்வழி' என்று பெயர் பெற்றிருந்தான்.

லாப்தேவ் சகோதரர்களுடன் அவனும் மொழி நூலில் பட்டம் பெற்றான். பின்னர், இயற்கை விஞ்ஞானத்தைக் கற்று இரசாயனத் துறையிலும் பட்டம் பெற்றிருந்தான். இரசாயனப் பிரிவின் தலைமைப் பதவி கிடைக்கும் என்ற நம்பிக்கை அவனுக்கில்லை; ஆய்வுக்கூடம் ஒன்றிலேனும் அவன் பணி புரிந்ததுமில்லை; ஆயினும், அவன் பௌதிக நூலையும் இயற்கை விஞ்ஞானத்தின் வரலாற்றையும் ஒரு தொழிற்பள்ளியிலும் இரண்டு மகளிர் பொதுப் பள்ளிகளிலும் போதித்து வந்தான். தன்னுடைய மாணவர்களைப் பற்றி, குறிப்பாக மாணவிகளைப் பற்றி, அவன் மிகமிக உற்சாகமாகப் பேசுவான்; வியக்கத்தக்க தலைமுறை ஒன்று உருவாகுவதாக உறுதியோடு கூறுவான். இரசாயன நூலுடன், அவன் தன் உழைப்பினாலேயே சமுதாயவியல், ருஷ்ய வரலாறு ஆகியவற்றையும் கற்றான். செய்தித்தாள்கள், சஞ்சிகைகள் ஆகியவற்றுக்குச் சுருக்கமான விஷய

தானம் செய்து வந்தான். 'யா' என்ற எழுத்தால்தான் அவற்றுக்குக் கையொப்பமிடுவான். தாவரவியல் அல்லது விலங்கியல் பற்றி எப்போதேனும் அவன் பேச நேர்ந்தால், வரலாற்றாசிரியரின் பாணியில்தான் அவன் பேச்சிருக்கும். வரலாறு சம்பந்தப்பட்ட விஷயத்தை அவன் விளக்கும்போது, இயற்கை விஞ்ஞான நிபுணனோ என்று யாரும் கருதிவிடுவர்.

லாப்தேவ் குடும்பத்தினரின் மற்றொரு நெருங்கிய நண்பன் கீஷ். 'நிரந்தர மாணவன்' என்னும் பெயரும் அவனுக்கு உண்டு. பல்கலைக்கழகத்தின் மருத்துவப் பிரிவில், அவன் மூன்றாண்டு களைக் கழித்தான். பின்னர் கணிதப் பிரிவுக்கு மாறிச் சென்று, ஒவ்வொரு வகுப்பிலும் இரண்டிரண்டு ஆண்டுகள் கழித்தான். அவன் தந்தை–ஒரு நாட்டுப்புற மருந்து வியாபாரி–மாதந்தோறும் கீஷுக்கு நாற்பது ரூபிள் அனுப்பினார்; அதனுடன் மறைமுகமாக இன்னொரு பத்து ரூபிளைச் சேர்த்து அனுப்பினாள் அவன் தாய். அவன் சாப்பாட்டுக்கு இது போதுமானது; மேலும் இதைக் கொண்டு, அவன் போலிஷ் 'பீவர்' மெய்மயிர்க் கழுத்துப் பட்டை கொண்ட ஒரு மேல்கோட்டு, கையுறைகள், வாசனைத் தைலம், புகைப்படங்கள் (அடிக்கடி தன்னைப் படமெடுக்கச் செய்து தெரிந்தவர்களுக்கெல்லாம் வழங்குவான்) முதலிய ஆடம்பரப் பொருட்களுக்குக் கூடச் செலவு செய்ய முடிந்தது. அவனுக்குச் சுத்தத்தில் ஒரே பிரேமை; அவன் சிறிதளவு வழுக்கையுடையவன்; காதுகளுக்கருகே பொன்னிறக் கிருதா உண்டு; அடக்கமானவன். மக்களுக்கு எப்போதும் ஏதாவது உதவி செய்தபடியிருப்பான்; ஏதாவது நன்கொடைப் பட்டியலோடு அங்குமிங்கும் ஓடித் திரிவான்; இல்லாவிடில் தனக்குத் தெரிந்த ஒரு பெண்ணுக்காக, கலையரங்க நுழைவுச்சீட்டு வாங்குவதற்கு, அதிகாலையிலேயே கடுங்குளிரால் நடுநடுங்கியவாறு 'க்யூ'வில் நிற்பான்; அல்லது யாருக்கேனும் மலர்மாலையையோ மலர்ச் செண்டையோ வாங்குவதற்காக விரைந்து போவான். 'அதற்காகக் கீஷ் செல்வான்', 'கீஷ் பார்த்து வேண்டியது செய்வான்', 'கீஷ் அதை வாங்குவான்' என்றெல்லாம் மக்கள் எப்போதும் சொல்வார்கள். தான் போன காரியத்தைக் குட்டிச்சுவராக்குவதுதான் அவன் வழக்கம்; எனவே, அவன் பட்ட சிரமத்திற்குக் கிடைக்கும் பலன் வசைமாரிதான். பிறருக்காக வாங்கும் பண்டங்களுக்கு, அவர்கள் பணங்கொடுக்கப் பெரும்பாலும் மறந்துவிடுவார்கள்; ஆயினும், கீஷ் அதைப் பற்றி ஒருபோதும் குறைபட்டுக் கொண்டதில்லை, பெருமூச்செறிவதோடு சரி. அவன் தன் மகிழ்ச்சியையோ எரிச்சலையோ எப்போதும் காட்டிக்கொள்வ தில்லை; அவனது பேச்சு சாரமின்றிச் சுற்றி வளைந்து செல்லும்; வேடிக்கையாகப் பேசுவதாக நினைத்து எதையாவது கூறும்

போதெல்லாம் கேட்பவர்களுக்கு, அதில் வேடிக்கையான அம்சம் எதுவும் இல்லாத காரணத்தாலேயே சிரிப்பு வரும். ஒருமுறை அவன் ஃபியோதரைப் பார்த்து, "ஃபியோதர், நீ பேத்தர்" என்றான். எல்லோரும் சிரித்தனர்; தான் அவ்வளவு வேடிக்கையாய்ப் பேசியது பற்றி அவனுக்கு மகிழ்ச்சி அதிகம். யாரேனும் பேராசிரியர் இறந்து விட்டால், சவ அடக்கத்தின்போது பந்தமேந்தியவர்களோடு முன்வரிசையில் கீஷ் போவதைக் காண்பது நிச்சயம்.

யார்த்ஸெவும் கீஷும் வழக்கமாக மாலையில் தேநீர் அருந்த வருவார்கள். லாப்தேவ் குடும்பத்தினர் ஆடலரங்குக்கோ அல்லது இசைக் கச்சேரிக்கோ செல்லாவிடில், இரவு உணவுக்கான நேரம் வரும்வரையில் தேநீர் அருந்துவது நீடிக்கும். பிப்ரவரியில் ஒருநாள் மாலையில், அவர்கள் உண்டியறையில் அமர்ந்திருந்தபோது, கலையைப் பற்றிப் பேசத் தொடங்கினர்.

யார்த்ஸெவ்மீது கடுமை நிறைந்த பார்வையைச் செலுத்திய வாறு, "எந்த ஒரு கலைச்சிருஷ்டியும் ஏதாவது ஓர் ஆழமான சமூகப் பிரச்சினையைப் பற்றியதாக இருந்தால்தான் மதிப்பிற்குரியது" என்றான் கோஸ்த்யா. "பண்ணையடிமை முறையை எதிர்த்துப் பேசும் அல்லது பிரபுத்துவச் சமூகத்தின் ஊழலின் மீது ஆசிரியருக் குள்ள கடும் வெறுப்பை வெளிப்படுத்தும் கலைப் படைப்பு முக்கியமானது, மதிக்கத்தக்கது. ஆனால், உணர்ச்சிகளை மட்டுமே வர்ணிக்கும் நாவல்களும் கதைகளும் சரி, அவள் அவனைக் காதலித்தது பற்றியும், அவன் அவளைக் காதலிக்காமலிருந்ததைப் பற்றியும், கூறும் நாவல்களும் கதைகளுமாயினும் சரி, சுத்த உதவாக்கரைக் குப்பைகள்; அவற்றையெல்லாம் தூக்கியெறிய வேண்டும் என்று நான் சொல்லுகிறேன்."

"கோஸ்த்யா, நீ கூறுவதை அப்படியே ஒப்புக்கொள்கிறேன்" என்றாள் யூலியா செர்கேயிவ்னா, "ஓர் எழுத்தாளன் காதலர்களின் சந்திப்பைப் பற்றி வர்ணிக்கிறான்; இன்னொருவனோ காதலில் துரோகம் செய்வது பற்றி எழுதுகிறான்; மூன்றாவது பேர்வழி, காதலர், பிரிவுக்குப் பிறகு திரும்பவும் ஒன்று கூடுவதைப் பற்றிச் சொல்கிறான். எழுதுவதற்கு இதைத் தவிர வேறு ஒன்றும் இல்லையா? நோய்வாய்ப்பட்டு, இன்பம் என்னவென்று அறியாது வறுமையில் வாடும் மக்கள் ஏராளமானவர்கள் இருக்கிறார்கள்; அவர்களெல்லாம் இந்த மாதிரி விஷயங்களைப் படித்தால், நிச்சயமாக அருவருப்படைவார்கள்."

வயது இன்னும் இருபத்திரண்டுகூட ஆகாத இளம் பெண்ணாகிய தன் மனைவி, காதலைப் பற்றி இவ்வாறு எவ்வித உணர்ச்சியுமின்றிப் பேசியது லாப்தேவுக்குப் பிடிக்கவில்லை.

அதற்குக் காரணம் என்னவென்பதைத் தான் ஊகித்துக் கொண்டதாக அவன் கருதினான்.

“நீங்கள் அவ்வளவு முக்கியமாகக் கருதும் பிரச்சினைகளைத் தீர்க்கக் கவிதை உதவவில்லையென்றால் நீங்கள் ஏன் தொழில் நுணுக்கம் பற்றியதும் சட்டம், நீதி ஆகியவை பற்றியதுமான நூல்கள், அல்லது விஞ்ஞான ஆராய்ச்சிக் கட்டுரைகள் ஆகியவற்றைப் படிக்கக் கூடாது? ‘ரோமியோவும் ஜூலியத்தும்’ என்னும் நாடகம் காதலுக்குப் பதிலாகக் கல்வியில் சுதந்திரம் என்பது பற்றியோ அல்லது சிதையைத் துப்புரவாக்குவதைப் பற்றியோ ஏன் பேச வேண்டும்? இவற்றையெல்லாந்தான் விசேஷக் கட்டுரைகளிலும் நூல்களிலும் காணலாமே” என்றான் யார்த்ஸெவ்.

“அடடா, இப்போது நீங்கள் இன்னொரு கோடிக்குப் போய் விட்டீர்களே!” என்று இடைமறித்தான் கோஸ்த்யா. “நாம் ஷேக்ஸ்பியர் அல்லது கெதே போன்ற பெரும் மேதைகளைக் குறித்துப் பேசவில்லை. சிறிய அல்லது மிதமான திறனுடைய நூற்றுக்கணக்கான எழுத்தாளர்களைப் பற்றிப் பேசுகிறோம். அவர்கள் காதலைத் தன் போக்கில் விட்டுவிட்டு, மக்களிடையே அறிவையும் மனிதாபிமானக் கருத்துகளையும் பரப்புவதற்குத் தங்கள் உழைப்பைச் செலவிட்டார்களானால், அவர்கள் இன்னும் பெரிய நன்மையைச் செய்தவராவார்கள்.”

கீஷ், நகரத்தை ஹகரம்போல உச்சரித்து, மூக்குக் குண குணப்போடு, அண்மையில் படித்த ஒரு கதையைக் கூறத் தொடங் கினான். அதை அவன் நிதானமாகவும், மிகவும் விரிவாகவும் கூறிவந்தான். மூன்று நிமிடமாயிற்று; ஐந்து நிமிடமாயிற்று; பத்து நிமிடங்களும் கடந்தன; ஆனால், அவன் பேசிக்கொண்டே போனான். எதைப் பற்றி அவன் பேசினான் என்பதை யாருமே புரிந்து கொள்ள முடியவில்லை; அவன் பேசப் பேச, முகம் மேலும் மரத்துப் போயிற்று, கண்கள் முன்னிலும் மங்கிவிட்டன.

“ஓ, கீஷ், உங்கள் கதையைச் சீக்கிரமாக முடித்து விடுங்கள்; எங்களைக் கொல்லாமல் கொல்லுகிறீர்களே!” என்று பொறுமை யிழந்து கூச்சலிட்டாள் யூலியா செர்கேயிவ்னா.

“கீஷ், தயவு செய்து நிறுத்துங்கள்” என்று உரக்கச் சொன்னான் கோஸ்த்யா.

எல்லோரும் சிரித்தனர். கீஷும்கூடச் சிரித்தான்.

ஃபியோதர் வந்து சேர்ந்தான்; ஏதோ உணர்ச்சிப் பெருக்கால் ஏற்பட்ட செம்புள்ளிகள் அவன் முகத்தில் நிறைந்திருந்தன. அங்கிருந்தோர் அனைவருடனும் அவசரமாகக் கைகுலுக்கி விட்டுத்

தன் சகோதரனைப் படிப்பறைக்குக் கூட்டிச் சென்றான். சில காலமாக அவன் பலர் குழுமிய கூட்டங்களைத் தவிர்த்து வந்தான்.

"இளைஞர்கள் தங்களுக்குள் களித்து மகிழட்டும், நீயும் நானும் அமைதியாகச் சில விஷயங்கள் பற்றிப் பேசலாம்" என்று விளக்குக்குத் தூரத்திலிருந்த சாய்வு நாற்காலியில் வசதியாக அமர்ந்து கொண்டே கூறினான். "என்ன, அண்ணா, ரொம்ப நாளாக உன்னைப் பார்க்கவேயில்லையே. பண்ட சாலைக்குக் கடைசியாக எப்போது வந்தாய்? ஒரு வாரத்திற்கு மேலாகவே இருக்கலாம். இல்லையா?"

"ஆமாம், எனக்கு அங்கு செய்வதற்கு ஒன்றுமில்லை. தவிர, கிழவர் என்னை வாட்டியெடுக்கிறார்; இதை நான் வெளிப் படையாகச் சொல்லத்தான் வேண்டும்."

"அது சரிதான். நீயோ நானோ இல்லாமலே, பண்டசாலை வேலைகள் நன்றாக நடக்கும்; என்றாலும், ஒவ்வொருவரும் ஏதாவது செய்ய வேண்டுமே. நெற்றி வியர்வை நிலத்தில் விழப் பாடுபட்டு உண்ண வேண்டும் என்பது உனக்கே தெரியும். உழைப்பாளிகளுக்குத் தான் கடவுள் உதவுவார்."

ஒரு தம்ளர் தேநீரைத் தட்டில் வைத்து ஃபியோதர் கொணர்ந் தான். ஃபியோதர் சர்க்கரைச் சேர்க்காமல் அதை ஒரு மடக்கில் குடித்து விட்டு, மற்றொரு தம்ளர் கேட்டான். அவன் எப்போதும் அதிகமாகத் தேநீர் குடிப்பவன்; சில நேரம் மாலைவேளையில் பத்து தம்ளர் தேநீர்கூடக் குடிப்பான்.

ஃபியோதர் எழுந்து தன் சகோதரனிடம் சென்று, "இதோ பார். அலெக்ஸேய், நீ ஏன் நகர டூமா* தேர்தலுக்கு நிற்கக் கூடாது? படிப்படியாகக் கொஞ்சம் கொஞ்சமாக உன்னை நாங்கள் ஒரு மன்ற உறுப்பினராக்கி, பிறகு உப தலைவராகவும் ஆக்குவோம். நீ புத்திசாலி, நன்றாகப் படித்தவன். காலப்போக்கில் நீ அரசாங்கத்தின் கவனத்தைக் கவருவது உறுதி; அவர்கள் உன்னைப் பீட்டர்ஸ்பர்க்குக்கு அழைக்கலாம் – நாட்டுப்புற, நகர்ப்புற பிரமுகர்களைத் தற்காலம் அங்கு அழைப்பது வழக்கமாகிவிட்டது. யார் கண்டார்கள், உனக்கு ஐம்பது வயது ஆகுமுன்பே, தோளில் சிறப்பு நாடா விளங்க அரசாங்க மன்ற உறுப்பினராகவும் நீ வரலாம்" என்றான்.

லாப்தேவ் ஒன்றுமே சொல்லவில்லை; அரசாங்க மன்ற உறுப்பினர் பதவி, சிறப்பு நாடா முதலியவற்றைப் ஃபியோதர் தனக்காக விரும்புகிறான் என்பது அவனுக்குத் தெரியும். ஆனால், என்ன சொல்வது என்று தெரியவில்லை.

---

* நகராண்மைக் கழகம்

சகோதரர்கள் இருவரும் எதுவும் பேசாமல் அமர்ந்திருந்தனர். ஃபியோதர் தன் கடிகாரத்தை வெடுக்கெனப் பையிலிருந்து எடுத்து அதைத் திறந்தான்; முட்களின் இயக்கத்தைப் பார்க்க விரும்புவது போல அதை நீண்ட நேரம் உற்றுப் பார்த்தான். சகோதரனின் முகத்தோற்றம் லாப்தேவுக்கு விசித்திரமாகத் தோன்றியது.

மாலையுணவு தயார் என்று வேலைக்காரன் வந்து கூறினான். லாப்தேவ் உண்டியறைக்குள் சென்றான்; ஃபியோதரோ படிப் பறையில் தங்கியிருந்தான். மாலையுணவின்போது, வாக்கு வாதங்கள் நடக்கவில்லை, மாறாக யார்த்ஸெவ் சொற்பொழிவாற்றும் பேராசிரியரின் தோரணையில் இப்படிப் பேசினான்:

“தட்பவெப்ப நிலை, ஆற்றல், சுவையுணர்வுகள், வயதுகள் ஆகியவற்றில் உள்ள வேறுபாடு காரணமாகச் சமத்துவம் என்பது இயற்கை நடப்பில் அசாத்தியமானது. ஆனால், பண்பட்ட மனிதன் சதுப்பு நிலங்கள், கரடிகள் ஆகியவற்றைத் தீங்கற்றவையாகச் செய்திருப்பதுபோல, இந்த அசமத்துவத்தையும் தீங்கற்றதாகச் செய்துகொள்ள முடியும். பூனை, சுண்டெலி, வல்லூறு, ஊர்க்குருவி ஆகியவை ஒரே தட்டில் உணவருந்தக் கற்பித்த விஞ்ஞானியை நாம் எல்லோரும் அறிவோம்; கல்வி, மக்கட்பிறவிக்கும் அதே நிலையையளிக்கும் என்று நாம் நம்புகிறோம்; எல்லாக் காலத்திலும் வாழ்க்கை முன்னோக்கியே செல்கிறது; பண்பாடு வியப்பூட்டும் வகையில் முன்னேறி வருகிறது. ஒரு காலம் நிச்சயமாக வரும்; அப்போது, உதாரணமாக, பாக்டரி தொழிலாளர்களின் இன்றைய நிலை, நாய்களைக் கொடுத்துக் குடியானவப் பெண்களை வாங்கிக் கொண்ட பண்ணையடிமை முறையைப்போல அவ்வளவு அபத்த மாகத் தோன்றக்கூடும்; இதில் ஐயமில்லை.”

“அந்த மாற்றம் வந்து சேர நீண்டகாலம் பிடிக்கும்” என்று இலேசாகச் சிரித்துக்கொண்டே சொன்னான் கோஸ்த்யா. “ராதீஷில்ட் போன்ற பணமூட்டைகள் தமது தங்க நிதியம் அபத்தமானது என்பதைப் புரிந்துகொள்ள மிக மிக நீண்டகாலம் பிடிக்கும்; அதற்குள், ஏழைத் தொழிலாளியோ, முதுகு ஒடிய உழைத்துப் பட்டினி கிடக்க நேரும். ஐயா, சுவாமி; அதெல்லாம் நடக்கவே நடக்காது. நாம் காத்திருக்க முடியாது. போராடித்தானாக வேண்டும். பூனை சுண்டெலியோடு ஒரே தட்டில் உணவருந்தினால், அதற்குக் காரணம் அது மன உணர்வு நிறைந்திருக்கிறது என்று நீங்கள் கருதுகிறீர்களா? அல்லவே அல்ல. அதைக் கட்டாயப்படுத்தினர் என்பதுதான் காரணம்.”

“ஃபியோதரும் நானும் செல்வந்தர்கள். எங்கள் தந்தை முதலாளி, கோடீசுவரர். எனவே, மக்கள் எங்களோடு போராட வேண்டும்”

என்று நெற்றியைத் தேய்த்துக்கொண்டே சொன்னான் லாப்தேவ். "என்னோடு போராட்டம்–அதை நான் புரிந்து கொள்ளவே முடிய வில்லை. ஆம், நான் பணக்காரன்தான். என் செல்வங்களைக்கொண்டு நான் பெற்ற பேறுகள் எவை? அதன் சக்தியினால் எனக்குக் கிடைத்த பலன்களென்ன? உங்களைவிட நான் அதிக மகிழ்ச்சியுடைய வனாயிருக்கிறேனா? என் குழந்தைப் பருவம் ஒரே அடிமைத்தனத்தில் கழிந்துவிட்டது. என் பணம் கசையடி வாங்காமல் என்னை ஒருபோதும் பாதுகாக்கவில்லை. நீனா என்னை ஒருபோதும் பாது காக்கவில்லை. நீனா நோயால் நலிந்து நலிந்து இறக்கும்போது என் பணம் உதவவில்லை. என்னை ஒருத்தி காதலிக்கவில்லையானால், அதற்காக நான் கோடிக்கணக்கில் செலவிட்டாலும், என்னைக் காதலிக்கும்படி கட்டாயப்படுத்த முடியாதே."

"ஆனால், நீங்கள் ஏராளமான நன்மை செய்ய முடியும்" என்றான் கீஷ்.

"வெறும் பிதற்றல். நேற்றுத்தான் நீங்கள் யாரோ கணித ஆசிரியருக்கு ஒரு பதவி தேடி உதவ வேண்டுமென்று என்னைக் கேட்டீர்கள். என்னை நம்புங்கள்; நீங்கள் அவனுக்கு எவ்வளவு கொஞ்சமாகச் செய்ய முடியுமோ, அதைத்தான் நானும் செய்ய முடியும். அவனுக்கு நான் பணம் தர முடியும், சரி, ஆனால் அவன் விரும்புவது அதுவல்ல. ஒரு சமயம், வறுமையில் அடிபட்ட பிடில்காரன் ஒருவனுக்கு, வேலை தேடித் தரும்படி ஒரு பிரபலமான இசைவாணரைக் கேட்டேன். அவரோ, 'நீங்கள் இசைவாணராக இருப்பின், ஒருபோதும் என்னைக் கேட்டிருக்க மாட்டீர்கள்' என்று சொன்னார். அதையேதான் நானும் உங்களுக்குச் சொல்ல முடியும்; நீங்கள் எப்போதேனும் ஒரு செல்வந்தனின் நிலையில் இருந்திருந்தால், இவ்வளவு உறுதியான நம்பிக்கையுடன் என்னிடம் உதவிக்காக ஒருபோதும் வந்திருக்க மாட்டீர்கள்" என்றான் லாப்தேவ்.

யூலியா செர்கேயிவ்னாவின் முகம் சிவப்பேறிற்று. "இந்த ஒப்புமை எதற்கு என்று என்னால் விளங்கிக்கொள்ளவே முடிய வில்லை. பிரபலமான இசைவாணருக்கும் இதற்கும் தொடர் பென்ன?" என்றாள் அவள்.

வெறுப்பினால் அவள் முகம் நடுங்கிற்று, இவ்வுணர்ச்சியை மறைப்பதற்குக் கீழே பார்த்தாள். ஆனால், அவள் கணவன் மட்டுமல்ல, மேசையைச் சுற்றி உட்கார்ந்திருந்த எல்லோரும் கூட அவள் முகத்தோற்றம் எதை வெளியிடுகிறது என்று சரியாகப் புரிந்து கொண்டனர்.

“அந்தப் பிரபலமான இசைவாணருக்கும் இதற்கும் தொடர்பென்ன?” என்று தாழ்ந்த குரலில் அவள் மறுபடியும் கேட்டாள். “ஓர் ஏழைக்கு உதவுவது உலகிலே மிக மிக எளிய செயல்” என்றாள்.

அங்கே ஒரே மௌனம் குடிகொண்டது. ஃபியோதர் காட்டுக் கோழிக்கறியைப் பரிமாறினான். என்றாலும் காய்கறிக் கூட்டைத் தவிர, வேறு எதையும் யாரும் தொடவில்லை. லாப்தேவ், தான் சொன்னது என்ன என்பதை ஏற்கெனவே மறந்து விட்டான்; அதுவும் இனிமேல் முக்கியமானதில்லை; ஏனெனில் தான் சொன்ன வார்த்தைகள் அல்ல, தான் வாய் திறந்து பேசியதே அவளுக்கு வெறுப்பையுண்டாக்கியது என்பதை அவன் அறிந்து கொண்டான்.

மாலையுணவு முடிந்ததும், அவன் படிப்பறைக்குள் சென்று அங்கு அமர்ந்தான். விருந்தினர் அறையில் நடந்த உரையாடலைக் கவனமாகக் கேட்டுக்கொண்டிருந்த அவன் நெஞ்சு படபடத்தது; மேலும் என்ன அவமானம் ஏற்படுமோ என்று எதிர்பார்த்திருந்தான். மீண்டும் அங்கிருந்தவர்கள் வாக்குவாதத்திலிறங்கினர். பிறகு யார்த்ஸெவ் பியானோ பெட்டியின் பக்கத்தில் அமர்ந்து, உணர்ச்சி ததும்பும் ஒரு பாடலைப் பாடினான். அவனுக்குப் பல திறமைகள் உண்டு. பியானோ வாசிக்கவும், பாட்டுப் பாடவும், சில மயக்கு வித்தைகள்கூடச் செய்யவும் தெரியும்.

“அன்பர்களே, உங்கள் விருப்பம் என்னவோ எனக்குத் தெரியாது. ஆனால், வீட்டில் தங்க எனக்கு விருப்பமில்லை, நாம் எங்கேனும் செல்லலாமே” என்றாள் யூலியா.

வண்டியில் நாட்டுப்புறம் செல்ல அவர்கள் தீர்மானித்தனர்; வணிகர் கிளப்பிற்குச் சென்று, மூன்று குதிரைகள் பூட்டிய வண்டியொன்றை வாடகைக்கு அமர்த்திவர கீஷை அனுப்பினர். தங்களுடன் வரும்படி, லாப்தேவை அவர்கள் அழைக்கவில்லை; ஏனெனில், நாட்டுப்புறத்துக்கு அவன் வழக்கமாகப் போய் வருவதில்லை; தவிரவும் அவனோடு சகோதரன் இருந்தான். ஆனால், லாப்தேவ் இதை வேறுவிதமாகப் புரிந்து கொண்டான். தான் மந்தமானவன் என்பதாலும், மகிழ்ச்சி நிறைந்த இந்த இளைஞர்களுக்கு ஏற்றவனல்ல என்பதாலும் அவர்கள் தன்னையழைக்கவில்லை என்று அவன் எண்ணிக்கொண்டான். மனங்கசந்து அவன் அழாக் குறையாக அதைப் பற்றி நினைத்தான்; அவர்கள் தன்னைப் புறக்கணிப்பதும் பாராமுகமாயிருப்பதும் தான் மூடன், சலிப்பூட்டும் கணவன், பணமூட்டை என்பதும் இரவு அவனுடைய அத்தியந்த நண்பர்களில் ஒருவனோடு மனைவி சோரம் போய்விட்டு, பிறகு வெறுப்புணர்ச்சி நிறைந்த கண்களுடன் அவனிடம் உண்மையை

வெளியிட்டாலும் மேலாக இருக்குமென்று அவன் எண்ணிக் கொண்டான். எல்லோரிடமும் – அவன் பொறாமை கொண்டான். அவள் உண்மையில் சோரம் போய்விட்டால் அதைக் கண்டுபிடித்து விட்டு, பிறகு நஞ்சருந்தி, இந்தப் பேய்க்கனவை முடிவு கட்டிவிடலாமே என அவன் துடித்தான். ஃபியோதர் தேநீரை இரைச்சலோடு சப்பிக் குடித்தவாறு உட்கார்ந்திருந்தான்; கடைசியாக அவனுங்கூடப் போக எழுந்தான்.

“கிழவர் குருடராகி வருகிறார் என அஞ்சுகிறேன், அவர் பார்வை மேலும் மேலும் மந்தமடைந்து வருகிறது’’ என்று மேல்கோட்டைப் போட்டுக்கொண்டே கூறினான்.

லாப்தேவ் தானும் கோட்டை அணிந்து வெளியே புறப் பட்டான். அவன் சகோதரனோடு ஸ்திரஸ்த்னோய் பூல்வார் வரையில் கூடப் போனான், பிறகு ‘இயார்’ என்ற உணவு விடுதிக்கு ஒரு வாடகை வண்டியேறிப் போனான்.

“இதைத்தான் அவர்கள் மணவாழ்வின் பேரின்பம் என அழைக்கின்றனர்’’ என்று தனக்குள்ளாகவே நகைத்துக்கொண்டான். “காதலாம் ஐயோ!’’

அவன் பற்கள் கடகடத்தன. இது, பொறாமையினாலா அல்லது வேறு காரணத்தினாலா என்பதை அவன் அறியவில்லை. உணவு விடுதியில் நுழைந்து, மேசைகளின் இடையே அவன் அலைந்து திரிந்தான்; பாடகன் பாடியதைக் காது கொடுத்துக் கேட்டான்; மனைவியையும் நண்பர்களையும் காண நேரிட்டால், என்ன சொல்வோம் என்று அவனுக்குத் தெரியவில்லை. இச்சந்திப்பு ஏற்பட்டால் அவன் பரிதாபகரமாகவும் மூடத்தனமாகவும் முறுவலிப்பான் என்பதும் ஏன் அங்கு வந்தான் என்பதை ஒவ்வொருவரும் உடனே அறிவர் என்பதும் அவனுக்கு முன்கூட்டியே தெரியும். ஒளிவீசும் மின்சார விளக்குகள், உரத்த இசையொலி, முகப்பவுடரின் நறுமணம், அவனைப் பெண்கள் உற்றுப் பார்த்த விதம் – இவற்றால் எல்லாம் அவனுக்கு வாந்தியெடுப்பதைப் போன்ற உணர்ச்சி ஏற்பட்டது. கதவுகளின் பக்கம் நின்று, உணவு விடுதியின் தனி அறைகளில் என்ன நிகழ்கிறது என்பதைக் காணவும் கேட்கவும் முயன்றான்; தானும் அந்தப் பாடகனும் அந்த மகளிரும் ஒன்றாகச் சேர்ந்து ஏதோ இழிவான விளையாட்டில் பங்குகொண்டி ருந்ததுபோல அவனுக்குத் தோன்றியது. பின்பு அவன் ‘ஸ்த்ரெல்னியா’ என்ற உணவு விடுதிக்குச் சென்றான். ஆனால், அவன் மனைவி அங்கும் இல்லை. திரும்பிச் செல்லும் வழியில், மறுபடியும் அவன் ‘இயர்’ விடுதியின் அருகில் வந்தபோது, பேரிரைச்சலோடு மூன்று

குதிரை பூட்டிய வண்டி ஒன்று அவன் வண்டியைத் தாண்டிச் சென்றது; குடித்திருந்த வண்டிக்காரனின் காட்டுக் கூச்சலுக்கும் மேலாக யார்த்ஸெவின் ‘ஹோ ஹோ!’ என்ற உரத்த குரலைக் கேட்டான்.

கடைசியில் அவன் வீடு சேர்ந்தபோது, மணி கிட்டத்தட்ட நான்கு, யூலியா செர்கேயிவ்னா அதற்கு முன்பே படுக்கையில் படுத்திருந்தாள். அவள் உறங்கவில்லை என்பதைக் கண்டவன், அவளிடம் சென்று, “உங்கள் அருவருப்பை, உங்கள் வெறுப்பை என்னால் புரிந்துகொள்ள முடியும். ஆனால், அயலார் முன்னிலையில் நீங்கள் அதைக் காட்டாமல் இருந்திருக்கலாம்” என்று கடுமையாகச் சொன்னான்.

அவள் எழுந்து உட்கார்ந்தாள், பாதங்களைக் கீழே தொங்க விட்டாள்; பூசை விளக்கின் ஒளியில் அவளுடைய கண்கள் பெரியனவாய்க் கறுத்துத் தெரிந்தன.

“நான் வருந்துகிறேன்” என்றாள்.

லாப்தேவ் எதுவும் சொல்ல மாட்டாத அளவுக்கு மனக் கொதிப்போடு, ஊமையாக நின்றான். அவளோ அவன் முன்னே குற்ற நெஞ்சம் குறுகுறுக்க, உடல் நடுநடுங்க உட்கார்ந்திருந்தாள்.

“என்ன வேதனை! ஒரே நரகம்! எனக்கு மூளை பிசகி விட்டது” என்று தலையைப் பிய்த்துக்கொண்டான்.

“எனக்கு மட்டும் அது சுலபமானதா? என் மனம் படும்பாடு கடவுளுக்குத்தான் தெரியும்” என்று அவள் கூறினாள்.

“நீ என் மனைவியாகி ஆறு மாதமாகிவிட்டது. இருந்தும் உன் நெஞ்சத்தில் என்பால் துளிக் காதல்கூடக் கிடையாது. கிடைக்கும் என்ற நம்பிக்கையும் இல்லை. என்னை ஏன் நீ மணந்தாய்?” என்று மனமொடிந்து தொடர்ந்து பேசினான் லாப்தேவ். “ஏன்? எந்தப் பேய் உன்னை என்னிடம் பிடித்துத் தள்ளியது? நீ என்னதான் எதிர்பார்த்தாய்? நீ விரும்பியது என்ன?” என்றான்.

அவள் திடுக்கிட்டவளாகத் தன்னைக் கொன்றுவிடுவானோ என்று அஞ்சியதுபோல அவனைப் பார்த்துக்கொண்டிருந்தாள்.

“உனக்கு என்னைப் பிடித்திருக்கிறதா? என்னை நீ காதலித்தாயா?” என்று மூச்சுத் தடுமாற அவன் பேசினான். “இல்லை. அப்படியானால் என்னை நீ ஏன் மணந்தாய்? ஏன்? சொல்லு” என்று கூப்பாடு போட்டான். “அந்தப் பாழும் பணத்திற்காகத் தானே! அடப் பாவிப் பணமே!”

"கடவுள்மேல் ஆணையாகச் சொல்கிறேன்; அது அல்லவே அல்ல!" என்று அவள் ஓவென அழுது கொண்டே சொல்லி விட்டுத் தன்மேல் சிலுவைக் குறியிட்டாள். அந்தப் பழியைக் கேட்டு அவள் துவண்டு ஒடுங்கிவிட்டாள். முதன்முறையாக அவள் அழுவதைக் கண்டான். "நான் கடவுள்மேல் ஆணையிடுகிறேன்; இல்லவே இல்லை" என்று அவள் திரும்பவும் சொன்னாள். "நான் பணத்தைப் பற்றி எண்ணியதே இல்லை. அது எனக்குத் தேவை யில்லை. நான் உன்னை மறுத்திருந்தால் தவறு புரிந்திருப்பேன் என்றுதான் நினைத்தேன். உன் வாழ்க்கையையும் என் வாழ்க்கையை யும் பாழ்படுத்த அஞ்சினேன். இப்போது நான் அந்தத் தவறுக்காக வேதனைப்படுகிறேன். தாங்க முடியாத வேதனைப்படுகிறேன்."

அவள் நொந்து தேம்பிச் செருமினாள். அவனும் அவள் பட்ட துயரத்தை உணர்ந்தான், என்ன சொல்வதென்றே அறியாமல், அவளுக்கு முன் மண்டியிட்டு விரிப்பில் விழுந்தான்.

"அழாதே, வேண்டாம்" என்று முணுமுணுத்தான், "நான் உன்னைப் பழித்து விட்டேன். அதற்குக் காரணம், எனக்குள்ள வெறிபோன்ற காதல்தான்." திடுமென அவள் பாதத்தை முத்தமிட்டு ஆவேசத்தோடு அவளைத் தழுவிக்கொண்டான். "நான் கேட்பது, ஒரு துளிக் காதல்" என முணுமுணுத்தான். "கண்ணே, தயவு செய்து பொய் சொல்லு! பொய் சொல்லு! அது தவறு என்று மட்டும் சொல்லாதே!"

எனினும், அவள் தொடர்ந்து அழுதாள். தன் கொஞ்சலை யெல்லாம் அவள் தன் தவற்றுக்கு ஏற்பட்ட தண்டனையாகவே ஏற்கிறாள் என்பதை அவன் உணர்ந்தான். அவன் முத்தமிட்ட காலை, அவள் பறவைபோலத் தன்னடியில் முடக்கிக் கொண்டாள். திடுமென அவள் நிலை குறித்து அவனுக்குப் பரிதாபம் பிறந்தது.

அவள் படுத்துக்கொண்டு, போர்வையை இழுத்துத் தலைமீது போர்த்தினாள். அவன் ஆடையைக் கழற்றிவிட்டு அவள் பக்கம் படுத்துக்கொண்டான். காலையில், அவர்கள் இருவரும் ஒரு தடுமாற்றமான நிலையில் இருந்தனர்; என்ன பேசுவது என்றே அவர்களுக்குத் தெரியவில்லை. தான் முத்தமிட்ட காலைச் சரியாய் ஊன்ற மாட்டாமல் நடக்கிறாள் என்றுகூட அவன் கற்பனை செய்து கொண்டான்.

பகலுணவுக்குச் சற்று முன்னர், பனவூரவ் விடைபெற்றுக் கொள்ள வந்தான். யூலியாவுக்குத் தன் பிறந்த ஊரைப் பார்க்கப் பெரிய ஆசை கிளர்ந்தது. குடும்ப வாழ்வு, இந்தத் தடுமாற்றம், தவறிழைத்துவிட்டது பற்றிய என்றும் அழியாத இந்த உணர்வு –

இவற்றிலிருந்து தப்பினால் எவ்வளவு நன்றாயிருக்கும் என்றெல்லாம் எண்ணிப் பார்த்தாள். பகலுணவின்போது, பனவூரவுடன் அவள் புறப்பட்டுச் சென்று, இரண்டு மூன்று வாரங்களைத் தன் தந்தையுடன் கழித்துவிட்டு வருவதென்று தீர்மானமாயிற்று.

11

யூலியா செர்கேயிவ்னாவும் பனவூரவும் ரயிலில் தனிப் பெட்டியில் பயணம் செய்தனர். பனவூரவ், விந்தையான வடிவத்தைக் கொண்ட ஆட்டுத்தோல் தொப்பி ஒன்றை அணிந்திருந்தான்.

"இல்லை, செயின்ட் பீட்டர்ஸ்பர்க் பற்றி எனக்குத் திருப்தியே கிடையாது" என்றான் பனவூரவ், ஒரு பெருமூச்சுடன், "பற்பல உறுதிமொழிகள் எனக்குத் தந்திருக்கின்றனர், ஆனால் எதுவும் திட்டமானதல்ல. ஆம், கண்ணே, நீதிபதியாக இருந்திருக்கிறேன். நாட்டுப்புற நீதிமன்றத்தின் உறுப்பினராகவும் தலைவனாகவுமிருந்திருக்கிறேன். கடைசியாகக் குபேர்னியாவின் மன்ற உறுப்பினராக இருந்தேன். என் நாட்டிற்கு என்னாலான பணி செய்திருக்கிறேன். எனவே, ஏதேனும் ஒரு நற்பலனை எதிர்பார்க்கும் உரிமை எனக்கு உண்டு என்றே நம்புகிறேன். இருந்தும், நான் வேறொரு நகருக்கு மாற்றம் பெற முடியாமலிருப்பதையும் பார்" என்றான்.

அவன் கண்களை மூடித் தலையை அசைத்தான்.

"எனக்குப் பாராட்டுதல் கிடையாது" என்று வாட்டத்தோடு மேலும் பேசினான். "உண்மைதான், நான் ஒரு பெருந்திறமையுடைய நிர்வாகியல்ல. ஆனால், நான் நேர்மையும் மனசாட்சியும் உடையவன்; இப்பண்புகள் தற்காலத்தில் அரியவை. பெண்கள் விஷயத்தில் ஓரளவு சபலசித்தமுடையவனாக இருக்கலாம் என்பதை நானே வெளிப்படச் சொல்லிவிடுகிறேன், ஆனால் ருஷ்ய அரசாங்கத்திடம் நான் எப்போதும் கபடமின்றி நடந்து வந்திருக்கிறேன். ஆனால், அதைப் பற்றி என்ன இப்போது?" என்று கண்களைத் திறந்து கொண்டே சொன்னான். "உங்களைப் பற்றிப் பேசுவோம். திடீரென்று தகப்பனார் வீட்டுக்குப் புறப்படுவதற்குக் காரணம் என்ன?"

"ஓ, அது ஒன்றும் பெரிய விஷயமல்ல, என் கணவனுக்கும் எனக்கும் சிறு மனத்தாங்கல்" என்று அவனுடைய தொப்பியைப் பார்த்துக்கொண்டே சொன்னாள்.

"ஆம், அவன் சிறிது விந்தையானவன்தான், லாப்தேவ் குடும்பத்தினர் எல்லோருமே அப்படித்தான். உங்களது கணவன் அவ்வளவு மோசமல்ல. ஆனால் அவன் சகோதரன், ஃபியோதர் இருக்கிறானே, அவன் வடிகட்டிய முட்டாள்."

பனவூரவ் பெருமூச்செறிந்து, "உங்களுக்கு யாராவது காதலன் இருக்கிறானோ?" என்று கேட்டான்.

யூலியா அவனை ஆச்சரியத்தோடு ஒருமுறை பார்த்துச் சிரித்தாள்.

"அடக் கடவுளே, இது என்ன பேச்சு?"

பதினொரு மணி வாக்கில், அவர்கள் ஒரு பெரிய ரயில் நிலையத்தில் இறங்கினர். அங்கு இருவரும் உணவு விடுதியில் சாப்பிட்டனர். வண்டிக்குத் திரும்பியதும் பனவூரவ் மேல் கோட்டையும் தொப்பியையும் கழற்றிவிட்டு, யூலியாவுக்கு அருகில் அமர்ந்தான்.

"நீங்கள் அழகான பெண் என்பதை நான் சொல்லித்தானாக வேண்டும்" என்று பேச்சைத் தொடங்கினான். "மிக நைந்து போன ஓர் உவமை கூறுவதற்கு என்னை மன்னிக்க வேண்டும், ஊறவைத்த வெள்ளரிக்காய் மாதிரி இருக்கிறீர்கள். வெள்ளரிக்காயில் அது வளர்ந்த இடத்தின் மணம் இன்னும் இருக்கிறது. அதோடுகூட ஓர் இனிய சுவையும் வாடையும் அதில் இருக்கின்றன. படிப்படியாக வெகு நேர்த்தியான பெண்மகளாக, எழிலும் மென்மையும் உடைய பெண் மகளாக நீங்கள் ஆவது நிச்சயம். நாம் இருவரும் ஐந்தாண்டுகளுக்கு முன் பயணம் செய்திருந்தால் உங்களைக் கண்டு இறும்பூதெய்தும் ஆசாமிகளுடன் நானும் கலந்து கொள்வதை என் கடனாகச் சந்தோஷத்துடன் கருதியிருப்பேன், ஆனால் இன்றோ, பாவம், நான் ஆண்மையிழந்தவன்" என்று பெருமூச்செறிந்து கொண்டே சொன்னான்.

சோகம் தோய்ந்த, ஆனால் அன்பான ஒரு புன்முறுவல் பூத்த கையால் அவள் இடையைச் சுற்றிப் பிடித்தான்.

யூலியா செர்கேயிவ்னாவின் முகம் சிவந்து போயிற்று.

"உங்களுக்குப் பைத்தியம் பிடித்திருக்க வேண்டும்!" என்று பேரச்சத்தில் மூழ்கியவாறு சொன்னாள். "என்னை விட்டு விடுங்கள், கிரிகோரி நிக்கலாயெவிச்."

"கண்ணே, நீங்கள் எதற்காக அஞ்சுகிறீர்கள்?" என்று பனவூரவ் நயமாகக் கேட்டான்.

"என்ன செய்தி? இதில் உங்களுக்குப் பழக்கம் இல்லை. அவ்வளவுதான்."

தன்னை ஒரு பெண்மகள் எதிர்த்தால் தனது வெற்றிக்கு அது உறுதியான அறிகுறி என்று அவன் நினைத்துக்கொள்வான். யூலியாவை, இடுப்பருகில் கெட்டியாகப் பற்றிக்கொண்டு, அவளுக்குப் பேரின்பம் தருவதாக நம்பிக்கொண்டு, அவள் கன்னத்தில், பிறகு அவள் இதழ்களில் முத்தம் வழங்கினான். யூலியா, தன் அச்சம், தடுமாற்றம் ஆகியவற்றிலிருந்து தேறிச் சிரிக்கத் தொடங்கினாள்.

"ஆண்மையிழந்த ஒருவனிடமிருந்து நீங்கள் எதிர்பார்க்கக் கூடியது இவ்வளவுதான்" என்று இன்னொரு முறை அவளை முத்தமிட்டுத் தன் வேடிக்கையான குல்லாவை அணிந்து கொண்டான். "ஒருகாலத்தில், ஒரு துருக்கியப் பாஷா இருந்தார். நல்ல கிழவர், அவருக்கு அந்தப்புரம் முழுதுமே கிடைத்தது. அதைப் பரிசாகப் பெற்றாரா அல்லது அதற்கு அவர் வாரிசானாரா என்பது நினைவில்லை. அவரது எழில் மிக்க இளம் மனைவிகள் அவருக்கு முன்னால் வரிசையாக நின்ற போது, அவ்வரிசை நெடுக அவர் சென்று, ஒவ்வொரு பெண்ணையும் முறைமுறையாக முத்தமிட்டபின், 'உங்களுக்கு இப்போது நான் தரக்கூடியதெல்லாம் இவ்வளவுதான்' என்று சொன்னார். அதையேதான் நானும் சொல்கிறேன்."

இவை யாவும் அவளுக்கு விசித்திரமாகவும் மூடத்தனமாகவும் தோன்றின; அதே சமயம் அவளுக்கு அது வேடிக்கையாயிருந்தது. அவள் குறும்பு செய்வதுபோல் உணர்ந்தாள். தன் பலகையின் மேல் ஏறி வாய்க்குள்ளாகவே பாடிக்கொண்டு, ஒரு டப்பா சாக்லேட்டை விட்டெறிந்தாள். "பிடியுங்கள்!"

அதைப் பிடித்து விட்டான் அவன். களிப்போடு சிரித்துக் கொண்டே அவனுக்கு இன்னொன்றை விட்டெறிந்தாள்; பிறகு மூன்றாவதையும்கூட. அவன் எல்லாவற்றையும் பிடித்துத் தன் வாயினுள் போட்டுக் கொண்டான். மிட்டாயை மென்றவாறே அவளைக் கெஞ்சாத குறையாக வெறிக்கப் பார்த்தான். அவன் முகத்தில் ஏதோ ஒருவகைப் பெண்மையியல்பும் குழந்தைமையும் தோன்றின. பிறகு களைத்துப் போய், அவள் மீண்டும் கீழே உட்கார்ந்தாள். அவனை வேடிக்கை உணர்ச்சியோடு பார்த்தாள். அவனோ அவள் கன்னத்தை இரு விரல்களால் தட்டி, எரிச்சல் அடைந்தது போல நடித்து, "அடி குறும்புக்காரக் குட்டி" என்றான்.

"இதையும் எடுத்துக் கொள்ளுங்கள். தித்திப்புப் பண்டங்கள் எனக்கு அவ்வளவாகப் பிடிப்பதில்லை" என்று கூறிப் பெட்டியை அவன் கையில் போட்டாள்.

அதிலிருந்த எல்லா மிட்டாய்களையும் சாப்பிட்டுவிட்டு, வெறும் பெட்டியைத் தன் கைப்பெட்டிக்குள் வைத்தான்; மேலே படங்கள் தீட்டிய பெட்டிகளைச் சேகரிப்பதில் அவனுக்கொரு பிரியம்.

"போதும் கோமாளித்தனம். ஆண்மையிழந்தவன் உறங்க நேரமாகிவிட்டது" என்றான்.

பொக்கார அங்கியையும் தலையணையையும் வெளியில் எடுத்து அங்கியைப் போர்த்திப் படுத்துக்கொண்டான்.

"கண்ணே, வணக்கம்" எனக் காதில் பட்டதும் படாததுமாகச் சொல்லிவிட்டு, உடல் முழுவதும் வலியெடுப்பது போல ஆழ்ந்து பெருமூச்செறிந்தான்.

சில நிமிடங்களில், அவன் குறட்டை விட்டுக்கொண்டிருந்தான். யூலியா, கூச்சவுணர்ச்சி கொஞ்சமும் இல்லாதவளாய், தானும் படுக்கலானாள்; விரைவில் கண்ணயர்ந்தாள்.

அடுத்த நாள் காலை, அவள் ரயில்வே நிலையத்திலிருந்து வீட்டிற்குச் சென்றபோது, பிறந்த ஊரின் தெருக்கள் அவளுக்கு வெறிச்சென்று காணப்பட்டன. பனி சாம்பல் நிறமாய், வீடுகள் சிறியனவாய்த் தென்பட்டன. போகும் வழியில், திருக்கோயிற் கொடிகள் சுற்றிய திறந்த சவப்பெட்டியுடன் ஓர் இழவு ஊர்வலம் அவளைக் கடந்து சென்றது.

"பிணம் எதிர்படுவது நல்ல சகுனம் என்பார்கள்" என எண்ணினாள்.

நீனா ஃபியோதரவ்னா வாழ்ந்த வீட்டின் சன்னல்களில் 'குடிக்கூலிக்கு' என்று எழுதப்பட்ட வெண்ணிறச் சீட்டுகள் ஒட்டப் பட்டிருந்ததை அவள் கண்டாள்.

வண்டி அவள் தந்தையின் வீட்டு முற்றத்துக்குள் போகும் போது, நெஞ்சம் படபடவென்று துடித்தது; யூலியா வாசல் மணியை அடித்தாள். தூங்கி வழியும் கண்களுடன், கொழுகொழுவென்றிருந்த புதிய பணிப்பெண், கதகதப்பான மெல்லாடையணிந்து வந்து கதவைத் திறந்தாள். தூசிபடிந்து, கூட்டப் பெறாமலிருந்த படிக் கட்டுகள் வழியாக ஏறிச் செல்லும்போது, அந்த இடத்தில் லாப்தேவ் தன் காதலைப் பற்றிப் பேசியது அவள் நினைவுக்கு வந்தது; மாடியில், குளிர்ந்த நடைவழியில், மென்மயிர்க் கோட்டுகளை அணிந்திருந்த நோயாளிகள் தங்கள் முறையை எதிர்பார்த்துக் காத் திருந்தனர். உணர்ச்சி வசப்பட்டிருந்த அவள் நெஞ்சம் படபடத்தது, கால்கள் தள்ளாடின.

வைத்தியர், எப்போதையும்விடப் பருத்தவராய், செங்கல்போல சிவந்திருந்த முகத்துடனும், வாரிவிடாது குலைந்திருந்த கேசத்துடனும் தேநீர் அருந்திக்கொண்டிருந்தார். அவளைப் பார்க்க அவர் மிகவும் மகிழ்ச்சியுற்றார்; சிறிது அழவுஞ் செய்தார். தான் ஒருத்திதான் கிழவரின் வாழ்வில் ஒரே இன்பம் என்று அவள் நினைத்தாள். உணர்ச்சி பீறிட அவரைக் கட்டியணைத்து, நீண்டநாளைக்கு, ஈஸ்டர் திருநாள் வரையில், தங்க வந்ததாகச் சொன்னாள். தன் அறையில் உடைமாற்றிக் கொண்ட பின், தேநீர் அருந்த உண்டி யறைக்கு வந்தாள். வைத்தியர் கைகளைப் பைகளில் செருகியபடி 'ரூ–ரூ–ரூ' என மெல்லிசையோடு அவ்வறையில் நடையிட்டுக் கொண்டிருந்தார்– அவர் ஏதோ ஒன்றில் அதிருப்தி அடைந்திருக்கிறார் என்பதன் அறிகுறி அது.

"மாஸ்கோவில் நீ உல்லாசமாக வாழ்கிறாய். உனக்காக நான் பெரிதும் மகிழ்ச்சியடைகிறேன்... நான் கிழவன்தான். எனக்கு ஒன்றும் தேவையில்லை, நான் விரைவில் இறந்து போவேன். அப்போது ஒவ்வொருவரும் ஆறுதலடைவார்கள். ஆனால், இதில் விசித்திரமான விஷயம் என்னவென்றால், இந்தப் பாழாய்ப் போன உடல் இன்னும் வலுவாகவே இருக்கிறது, நானும் உயிருடன் இருந்து வருகிறேன். ஆச்சரியந்தான்!" என்றார் அவர்.

தாம் கடுமையாக உழைக்கும் கிழட்டுக் கழுதை என்றும், எல்லோரும் தம்மீது ஏறிச் சவாரி செய்கிறார்கள் என்றும் கூறினார். நீனா ஃபியோதரவ்னாவுக்கு அவர் சிகிச்சை செய்து, அவள் குழந்தை களைக் கவனித்தது மட்டுமன்றி, அவளது ஈமவினைகளுக்கும் அவரே ஏற்பாடு செய்ய வேண்டி வந்ததாம். அந்தப் பிலுக்கன் பனவூரவ் எதுவும் செய்ய மறுத்து விட்டானாம், உண்மையில், அவன் அவரிடம் நூறு ரூபிள் கடன் வாங்கி இன்னும் அதைக்கூடத் திருப்பித் தரவில்லையாம்.

"நீ என்னை மாஸ்கோவுக்குக் கொண்டுபோய், ஒரு பைத்தியக் கார விடுதியில் சேர்த்து விட்டால், ரொம்ப நன்றாயிருக்கும். நான் ஒரு பைத்தியம், அசட்டுக் குழந்தை; ஏனெனில் நான் இன்னும் உண்மை, நீதி இவற்றிலெல்லாம் நம்பிக்கை வைக்கிறேன்" என்றார்.

பிறகு அவர் அவள் கணவன் மிகவும் குறுகிய நோக்கம் உடையவன் என்றும், மலிவான விலைக்கு வந்த வீடுகளை வாங்காமல் இருந்தான் என்றும் கண்டித்தார். கிழவரின் வாழ்வில், தான் ஒருத்திதான் அவருக்கு வாய்த்த இன்பம் என்னும் உணர்வு யூலியாவை விட்டு அகன்றது. அவர் தம் நோயாளிகளைக் காண வெளியே சென்றபோதும், அவள் எல்லா அறைகளிலும் எவ்விதக் குறிக்கோளுமின்றி அலைந்து திரிந்தாள். தன் பிறந்த ஊரும், தன்

சொந்த வீடும் தனக்குப் பழக்கமற்றுப் போயிருப்பதை உணர்ந்தாள். வெளியில் செல்லவோ யாரையும் சென்று காணவோ அவளுக்கு ஆசை எழவில்லை. தன் பிள்ளைப் பருவத்து நண்பர்களையும் திருமணத்திற்கு முந்திய வாழ்க்கையையும் எண்ணியபோது, அவள் துக்கப்படவுமில்லை; வருந்தவுமில்லை.

மாலையில், மிகச் சிறந்த மேலணி அணிந்து, அவள் தொழுகைக்குச் சென்றாள். ஆனால், மாதா கோயிலில் சாதாரண மக்களைத் தவிர வேறு யாரையும் காணவில்லை; எனவே, அவளது அற்புதமான மென்மயிர்க் கோட்டும் தொப்பியும் யார் கவனத்தையும் கவரவில்லை. கோயிலின் தோற்றத்திலும் தனக்குள்ளேயும் ஏதோ மாற்றம் ஏற்பட்டிருப்பதாக அவளுக்குத் தோன்றிற்று. முன்பெல்லாம் மாலைப் பிரார்த்தனையின்போது, பாடகர் குழு பாசுரங்களைப் பாடும்போது, குறிப்பாக 'யானென்றன் குரலெடுக்குவன்' என்பதைப் பாடும் போது அவற்றையெல்லாம் கேட்பதையும் பிறகு மாதாகோயிலின் நடுவில், பாதிரி நிற்கும் இடம்வரை மெதுவாகச் சென்று, தன் நெற்றியிலே மங்கலத் தைலந்தொட்டு வைக்கும்போது ஏற்படும் உணர்ச்சியையும் அவள் எவ்வளவோ விரும்பினாள். ஆனால் இப்போதோ, வழிபாடு எப்போது முடியுமோ என்று பொறுமையிழந்து நின்றாள். மாதா கோயிலை விட்டு வெளியே வரும்போது, பிச்சைக்காரர்கள் தன்னைப் பிச்சைக் கேட்பார்கள் என்று எண்ணிப் பயப்பட்டாள்; தெருவில் நிற்பது, பிறகு பைகளைத் துழாவுவது அவளுக்கு ஒரே தொல்லையாகத் தோன்றியதுதான் காரணம்; தவிர, இப்போது அவள் பைகளில் செப்புக் காசுகளல்ல. ரூபிள்கள் மட்டுமே நிறைந்திருந்தன.

சீக்கிரமே அவள் படுக்கைக்குச் சென்றாள்; ஆனால், நெடுநேரம் வரையில் அவளுக்கு உறக்கம் வரவில்லை. பிறகு, உறங்க ஆரம்பித்ததும் சில உருவப் படங்களையும் அன்றைக் காலையில் தான் பார்த்த சவ ஊர்வலத்தையும் கனவில் கண்டாள். திறந்த சவப்பெட்டியை யாரோ தன் வீட்டு முற்றத்தில் கொண்டு வந்து, நீண்டநேரம் முன்னும் பின்னுமாக ஆட்டிப் பின்னர் திடீரெனக் கதவை நோக்கி வீசியெறிந்ததாகக் கனாக் கண்ட யூலியா வெருண்டு, விழித்தெழுந்து படுக்கையிலிருந்து குதித்தாள். கீழே யாரோ ஒருவன் கதவைத் தட்டிக்கொண்டிருந்தான். மணியின் கம்பி சுவர்மீது உராய்ந்துகொண்டிருந்தது; ஆனால், மணி ஒலிக்கவில்லை.

வைத்தியர் இருமியதும், பணிப்பெண் கீழ்க்கட்டுக்குப் போய்த் திரும்பியதும் அவள் காதில் விழுந்தது. பிறகு பணிப்பெண் அவள் கதவைத் தட்டி, "அம்மா, அம்மா" என்று கூவினாள்.

"என்ன அது?" என்று கேட்டாள் யூலியா.

"உங்களுக்கு ஒரு தந்தி வந்திருக்கிறது."

யூலியா ஒரு மெழுகு விளக்கை எடுத்துக்கொண்டு, அறையிலிருந்து வெளியே சென்றாள். அங்கு பணிப் பெண்ணுக்குப் பின்னால், வைத்தியர் தம் இராச்சட்டைக்குமேல் ஒரு கோட்டைத் தூக்கிப் போட்டுக்கொண்டு நின்றார்; அவர் கையிலும் ஒரு மெழுகு விளக்கு இருந்தது.

"மணி கெட்டுப் போயிருக்கிறது. நீண்ட நாளைக்கு முன்பே அதைப் பழுது பார்த்திருக்க வேண்டும்" என்று கொட்டாவி விட்டுக்கொண்டே கூறினார்.

யூலியா தந்தியைப் பிரித்தாள். "உங்கள் நலத்துக்காகப் பருகுகிறோம். யார்த்ஸெவ், கோச்சிவோய்" என்று அவள் படித்தாள்.

"என்ன முட்டாள்கள்!" என்று சொல்லிவிட்டுச் சிரித்தாள்; திடீரென்று அவளுக்கு மனப்பாரம் இறங்கியது போல் உணர்ச்சி உண்டாயிற்று. களிப்படைந்தாள்.

தன் அறைக்குத் திரும்பி, நிதானமாக முகங்கழுவி, உடையுடுத்தி, இராப் பொழுதின் எஞ்சிய பகுதியை மூட்டை கட்டுவதில் கழித்தாள். மறுநாள் நண்பகலில் அவள் மாஸ்கோவுக்குப் புறப்பட்டு விட்டாள்.

12

ஈஸ்டர் வாரத்தில் ஒருநாள், கலைத் துறைப் பள்ளியில் நடந்த ஓவியக் கண்காட்சிக்கு லாப்தேவ் குடும்பத்தினர் சென்றனர். மாஸ்கோவில் நிலவிய வழக்கப்படி, குடும்பம் முழுவதும் – சிறுமிகள் இருவர், அவர்கள் வீட்டு ஆசிரியை, கோஸ்த்யா உட்பட – எல்லோரும் சென்றனர்.

லாப்தேவுக்குப் புகழ்பெற்ற ஓவியர்கள் அனைவரின் பெயர்களும் தெரியும்; எந்தக் கண்காட்சியையும் அவன் காணத் தவறியதில்லை. கோடைக்காலத்தில் நாட்டுப்புறத்தில் தங்கும் போது, இயற்கைக் காட்சிகளைத் தானாகவே சில சமயம் படம் வரைவான். தனக்கு நல்ல ரசனை உண்டென்றும், தான் கற்றுக் கொண்டிருந்தால் நல்ல ஓவியனாகத் திகழ்ந்திருக்கலாம் என்றும் அவன் நம்பினான். வெளிநாடுகள் செல்லும்போது, தொல்பொருள் கடைகளில் நுழைந்து, பெரிய கலாரசிகனைப் போல் அங்குள்ள பொருட்களை ஆராய்ந்து தன் கருத்தையும் வெளியிடுவான்; ஏதேனும் ஒன்றை வாங்குவான்; கடைக்காரன் தன் இஷ்டம்போல் அதற்கு விலை

வைப்பான். அவ்வாறு வாங்கப்பெற்ற பொருள், வண்டிக்கொட்டகையில் ஒரு கள்ளிப் பெட்டியில் கிடக்கும்; பிறகு காணாமல் போய்விடும், எங்கு என்பது யாருக்கும் தெரியாது. இல்லையேல், ஏதேனும் ஒரு செதுக்குச் சிற்பி கடையில் சென்று, படங்கள் அல்லது வெண்கலப் பொருள்களைக் கூர்மையாக ஆராய்ந்து தன் அபிப்பிராயத்தைத் தெரிவிப்பான்; பிறகு ஏதேனும் மலிவான சிறு படச் சட்டத்தையோ அல்லது உதவாக்கரைத் தாளால் செய்த பெட்டியையோ விலைக்கு வாங்குவான். அவன் வீட்டில் உள்ள எல்லாப் படங்களும் அளவில் பெரியவை. ஆனால், பெரும்பாலும் நல்லவையல்ல. நல்ல ஓவியங்கள் எவையேனும் அவனிடம் இருப்பின், அவை அலங்கோலமாகத் தொங்கும். அடிக்கடி வாங்கப்படும் பொருள்களுக்கு ஆனைவிலை குதிரைவிலை கொடுப்பான். பின்னரோ அவை திறமையின்றிச் செய்யப்பட்ட போலிப் பொருள்கள் என்பது வெளியாகும். குறிப்பிடத்தக்க ஒரு விஷயம் யாதெனில், வழக்கமாக அவன் பயங்கொள்ளியாக இருப்பினும் படக் கண்காட்சிகளில் கருத்துரைப்பதில் அவன் அசாதாரணத் துணிச்சலும் தன்னம்பிக்கையும் கொண்டிருந்தான் என்பதுதான்.

யூலியா செர்கேயிவ்னா, ஓவியங்களைத் தன் கணவனைப் போலவே, சிறு தூரதிருஷ்டிக் கண்ணாடி மூலமோ அல்லது கைவிரல்களின் இடுக்கு வழியாகவோ பார்ப்பாள்; அப்படங்களில் தீட்டிய மக்கள் உயிருடன் இருப்பது போலவே காணப்படுவதையும் மரங்கள் உண்மை மரங்கள் போலத் தெரிவதையும் பற்றி இறும்பூது எய்துவாள். ஆயினும், அப்படங்களில் பெரும்பாலானவை அவளுக்கு ஒரே மாதிரியாகத் தெரிந்தன. ஒரு கண்ணை மூடி, விரல்களின் இடுக்கு வழியே மறு கண்ணால் ஓவியங்களைப் பார்க்கும்போது, அவற்றிலுள்ள மக்களும் பொருள்களும் உண்மை போலத் தெரிய வேண்டும் என்பதே, கலையின் ஒரே குறிக்கோள் என்று அவள் நம்பினாள்.

"அது ஷீஷ்கின் என்னும் ஓவியர் தீட்டிய கானகம்" என்று அவளுக்கு எடுத்துரைத்தான் அவள் கணவன். "அவன் வேறு எதையும் தீட்டுவதில்லை... அந்த வெண்பனியைப் பார்! வெண்பனி இதைப் போல ஊதா நிறத்தில் ஒருபோதும் இருப்பதில்லை... அதோ அந்தப் பையனின் இடது கை, வலது கையை விடச் சிறுத்திருக்கிறது."

இறுதியாக, அவர்கள் யாவரும் களைப்படைந்தபோது, வீடு செல்லக் கருதி, லாப்தேவ் கோஸ்த்யாவைத் தேடிச் சென்றான்; அந்தச் சமயத்தில் யூலியா இயற்கைக் காட்சியைச் சித்தரிக்கும் ஒரு

சிறு ஓவியத்தின் முன்நின்று, அதை அக்கறையின்றி நோட்டமிட்டாள். அந்த ஓவியத்தில் குறுக்கே பாலம் கட்டப்பட்ட சிற்றாறு ஒன்று தென்பட்டது. அக்கரையிலுள்ள பச்சைப் பசேலென்றிருந்த புல்லில் மறைந்துபோகும் பாதை, வயல், அதற்கு வலப்புறம் காட்டின் சிறு பகுதி, அருகில் எரியும் தீ – இவையெல்லாம் தெரிந்தன. படத்தில் தீட்டப்பட்ட வானத்தின் கீழ்ப்பகுதி சிறிது சிவப்பாக இருந்ததனால் அது மாலைநேரம் என்று சொல்வது கடினமல்ல.

யூலியா, தான் அந்தப் பாலத்தைக் கடந்து, அந்தியிருளின் அமைதியில் அப்பாதை வழியே நடந்து செல்வதாகக் கற்பனை செய்துகொண்டாள். சுற்றிலும் தூங்கப்போகும் குருவிகள் கூவுவது போலும் தொலைவிலே ஒரு நெருப்பொளி மினுக்மினுக்கென்று பளபளப்பது போலும் கற்பனை செய்துகொண்டாள். வானத்தின் சிவப்புப் பகுதியில் காணப்படும் அந்த மேகங்கள், காடு, வயல் எல்லாம் விநோதமான வகையில் அவளுக்கு மிகப் பழக்கமானவை போலத் தென்பட்டன; அவள் தனிமையில் இருப்பது போல் உணர்ந்தாள்; அவ்வழி நெடுக நடந்து, சூரியன் மறையுமிடத்துக்கு முன் மாயமாகத் தெரியும் வானப்பகுதியை அடைய விரும்பினாள்.

அந்த ஓவியம் தனக்குப் புரிந்ததைக் குறித்து ஆச்சரியப்பட்டு, "எவ்வளவு அற்புதமான காட்சி இது!" என்றாள். "பார், பார், அலெக்ஸேய்! அதில் நிலவும் அமைதியை நீ உணரவில்லையா?"

அந்த இயற்கைக் காட்சியைத் தான் விரும்பியது ஏன் என்பதை அவள் விளக்க முயன்றாள்; ஆனால், அவள் கணவனோ கோஸ்த்யாவோ அவள் கூறியதைப் புரிந்துகொள்ளவில்லை. அந்தப் படத்தை அவள் சோகமயமான புன்முறுவலோடு ஏறிட்டுப் பார்த்தாள்; வேறு யாரும் அதில் குறிப்பிடத்தக்கதாக எதையும் காணாததைப் பற்றி வருத்தமுற்றாள். எல்லாப் படங்களையும் பார்த்தாள். அவை யாவும் ஒரே விதமானவை என்ற எண்ணம் இப்போது அவளுக்கு அகன்று விட்டது. அவள் திரும்பி வீடு சேர்ந்ததும் விருந்தினர் அறையில் பியானோ பெட்டிக்கு மேலே தொங்கிய பெரும் படம் முதன்முறையாக அவளது கருத்தைக் கவர்ந்தது.

"இத்தகைய படங்களை வைத்துக்கொள்ள யாரும் ஏன் தான் விரும்ப வேண்டுமோ?" என்று திடீரென்று அருவருப்போடு கூறினாள்.

அதன்பின், பொன்முலாம் பூசிய விளிம்புகள், பூவேலைகள் செதுக்கப்பட்ட வெனீஷிய நிலைக் கண்ணாடிகள், பியானோவுக்கு மேலே தொங்கிய படத்தைப் போன்ற படங்கள் ஆகியவையும் அவளது கணவனும் போஸ்த்யாவும் கலையைப் பற்றி நடத்திய

உரையாடல்களும் அவளுக்கு அலுப்பையும் எரிச்சலையும் சில நேரம் பகைமையுணர்ச்சியையுங்கூட உண்டாக்கின.

ஆவலோடு எதிர்பார்த்துக் காத்திருப்பதற்கு ஏதுமில்லாமல், குறிப்பிடத்தக்க நிகழ்ச்சி எதுவுமின்றி வாழ்க்கை நாளுக்கு நாள் ஓடிக்கொண்டேயிருந்தது. கோடைக்காலம் நெருங்கியது; தியேட்டர்கள் மூடப்பட்டன. மிகச் சிறந்த பருவநிலை நிலவி நீடித்திருந்தது. கன்னமிட்டதாகக் குற்றஞ்சாட்டப்பட்ட சேமப்படை இளைஞன் ஒருவனுக்காகக் கோஸ்த்யா வழக்காடுவதைக் கேட்க லாப்தேவ் குடும்பத்தினர் ஒருநாள் காலை வட்டார நீதிமன்றம் சென்றனர். வீட்டை விட்டுச் சிறிது தாமதித்தே புறப்பட்டதால் அவர்கள் நீதிமன்றம் சேர்ந்தபோது, ஏற்கெனவே சாட்சி விசாரணை தொடங்கிவிட்டது. ஏராளமான வண்ணாத்திகளே சாட்சிகளாக வந்திருந்தனர். சலவைச் சாலையின் சொந்தக்காரியான தங்கள் எஜமானியைப் பிரதிவாதி அடிக்கடி வந்து காண்பதுண்டு என்று அவர்கள் சாட்சியங்கூறினர். திருச்சிலுவை விழாவுக்கு முந்திய தினம், இரவில் நெடுநேரம் கழித்து வந்து, குடி போதையேறிய அப்படை வீரன் மறுபடியும் குடிப்பதற்காகப் பணம் வேண்டுமென்று கேட்டானாம். அவர்களில் யாரும் அதைக் கொடுக்கவில்லையாம். ஒருமணி நேரத்தில், பெண்களுக்கு பீர், பிஸ்கோத்துகள் ஆகியவற்றைக் கொண்டு வந்தானாம். அன்றிரவு முழுவதும் அவர்கள் எல்லோரும் குடித்தும் பாடியும் பொழுதைக் கழித்தனராம்; விடிந்ததும் மேன்மாடத்துக் கதவின்–பூட்டு தகர்ந்திருந்ததையும் 'ஷர்டு' மூன்றும் பாவாடை ஒன்றும் படுக்கைத் துணிகள் இரண்டும் களவு போயிருந்த தையும் கண்டனராம். வரிசையாக ஒவ்வொரு சாட்சியையும். திருச்சிலுவை விழாவுக்கு முந்திய நாள், பிரதிவாதி கொண்டுவந்த பீரை அவள் அருந்தியதுண்டா என்று கேலிப் புன்னகையுடன் கோஸ்த்யா கேட்டான். அத்துணிகளை வண்ணாத்திகளே திருடினார்கள் என்று நிரூபிக்கவே அவன் முயற்சி செய்தான் என்பது தெளிவு. கொஞ்சங்கூடக் கிளர்ச்சி இல்லாமலே, ஜூரர் களைக் கண்டிப்பாகப் பார்த்தபடி தன் உரையை நிகழ்த்தினான் கோஸ்த்யா.

அவன் கன்னக்களவுக்கும் வெறுங்களவுக்கும் உள்ள வேறு பாட்டை விளக்கினான். யாவருமறிந்த உண்மைகளைப் பற்றி நீண்ட நேரம் விவாதிப்பதில் தனக்குள்ள அசாதாரணத் திறமையை வெளிப்படுத்திய வண்ணம், அவன் மிக விவரமாக, நம்பிக்கையூட்டும் முறையில் பேசினான். ஆயினும், அவையெல்லாம் எதைக் குறித்தன என்பதை விளங்கிக்கொள்வது கடினமாயிருந்தது. அங்கு நடந்தது கன்னமிடுதல்தான், திருட்டு அல்ல. ஏனெனில் மறைந்துபோன உடைகளை வண்ணாத்திகள் தாங்களாகவே விற்றனர்; அந்தப்

பணத்தால் பீர் வாங்கிக் குடித்தனர். அங்கு திருட்டு நடந்திருந்தால், அது கன்னக்கோல் இன்றியே நிகழ்ந்ததாகும் என்ற ஒரே முடிவுக்குத் தான் அவன் பேச்சைக் கேட்டுக் கொண்டிருந்த ஜூரர்கள் வரக் கூடும். ஆனால், அவன் பேச்சு இருக்க வேண்டிய முறைப்படியே அமைந்திருந்தது போலும்; ஏனெனில், ஜூரர்களும் அங்குக் கூடியிருந்த மக்களும் அதில் மயங்கி விட்டனர்; அதை மிகவும் இரசித்தனர். பிரதிவாதி குற்றமற்றவன் என்னும் தீர்ப்பை நீதிமன்றம் வெளியிட்ட போது, யூலியா, கோஸ்த்யாவை நோக்கித் தலையசைத்தாள்; பின்பு அவன் கையைப் பிடித்து பலமாகக் குலுக்கினாள்.

மே மாதத்தில், லாப்தேவ் குடும்பத்தினர் சகோல்னிகியில் உள்ள தங்கள் நாட்டுப்புற இல்லத்திற்குச் சென்றனர். அதற்கு முன்பே யூலியா கருவுற்றிருந்தாள்.

13

ஓராண்டிற்கு மேல் முடிந்துவிட்டது. ஒருநாள் யூலியாவும் யார்த்செவும் சகோல்னிகியில், இருப்புப் பாதைக்குச் சற்றுத் தள்ளியிருந்த புல்வெளியில் அமர்ந்திருந்தனர். சிறிது அப்பால், கோஸ்த்யா, கைகளைத் தலைக்கடியில் வைத்துக்கொண்டு, வானத்தை உற்றுப் பார்த்தவாறு படுத்திருந்தான். அவர்கள் அனைவரும் உலாவிக் களைத்துப்போய், ஆறுமணி ரயில் வண்டி கடந்து செல்வதற்காகக் காத்திருந்தனர். தேநீர் அருந்த வீடு செல்லும் நேரம் அது.

“தாய்மார் தங்கள் குழந்தைகள் மிகவும் சிறப்புடையவர்கள் என எப்போதும் நினைக்கிறார்கள். இது இயல்புதானே” என்று சொன்னாள் யூலியா. “ஒரு தாய் தன் குழந்தையின் கட்டிலுக்கு அருகில் நின்று, அதன் காதுகளையும் விழிகளையும் மூக்கையும் மணிக்கணக்கில் இமை கொட்டாமல் பார்ப்பது வழக்கம். தன் பிள்ளையை முத்தமிடுவது, ஒவ்வொருவருக்கும் பேரின்பம் தருகிறது என்று அந்த அப்பாவி அம்மாள் நம்புகிறாள். மேலும், தன் பிள்ளையைத் தவிர வேறு எதைப் பற்றியுமே அவள் பேசுவதில்லை. தாய்மாரின் இந்தக் குறையை நான் அறிவேன். நானும் இதைக் கவனத்திற்கொள்ள முயல்கிறேன். ஆனால், எனது சின்னஞ்சிறு ஓல்கா உண்மையிலேயே அசாதாரணக் குழந்தை. பால் உறிஞ்சும் போது அவளுடைய பார்வை எப்படியிருக்கும் தெரியுமா! எப்படிச் சிரிக்கிறாள் தெரியுமா! அவள் பிறந்து எட்டு மாதங்களே ஆகின்றன. அத்தனை அறிவுக்களைத் தவழும் விழிகளை நான் ஒருபோதும் பார்த்ததில்லை.”

“அது இருக்கட்டும், நீங்கள் யாரை அதிகம் நேசிக்கிறீர்கள். கணவனையா அல்லது குழந்தையையா?'' என்று அவளைப் பார்த்துக் கேட்டான் யார்த்ஸெவ்.

யூலியா தோளைக் குலுக்கினாள்.

“எனக்குத் தெரியாது” என்றாள். “நான் ஒருபோதும் கணவனைப் பெரிதும் காதலிக்கவில்லை. உண்மையில் ஓல்கா மீதுதான் எனக்கு முதன்முதலில் பாசம் என்பது ஏற்பட்டது. நான் அலெக்ஸேயை மணந்தபோது, அவனைக் காதலித்ததில்லை என்பது உங்களுக்குத் தெரியும். அப்போது, மிகவும் முட்டாள்தனமாக இருந்தேன். படாத பாடெல்லாம் பட்டேன், அவன் வாழ்வையும் என் வாழ்வையும் நான் பாழ்படுத்திவிட்டதாகவே கருதினேன். ஆனால், இப்போதோ காதல் என்பது இன்றியமையாதது அல்ல என்பதை நான் உணர்கிறேன், அதெல்லாம் வெறுங்கதை.'

“சரி, நீங்கள் கணவனைக் காதலிக்கவில்லையானால், அவனோடு உங்களைப் பிணைப்பது எது? அவனோடு ஏன் வாழ்கிறீர்கள்?”

“எனக்குத் தெரியாது... பழக்கம் என்றுதான் நினைக்கிறேன். நான் அவனை மதிக்கிறேன். அவன் நீண்டநாள் வீட்டில் இல்லாமல் இருந்தால், சிறிது துக்கமாயிருக்கிறது. ஆனால், அது காதல் அல்ல. அவன் கெட்டிக்காரன், நேர்மையானவன். நான் மகிழ்ச்சியாயிருப் பதற்கு அதுபோதும். அவன் மிகவும் அன்புடையவன், நல்லவன்...”

கோஸ்த்யா தலையைச் சோம்பலாக நிமிர்த்தியபடி, “அலெக்ஸேய் கெட்டிக்காரன், அலெக்ஸேய் அன்புடையவன்'' என்று இழுத்தாற் போல் பேசினான். “ஆனாலும் அம்மா, அவன் எவ்வளவு பெரிய கெட்டிக்காரன், அன்புடையவன், இனிமையானவன் என்பதை யெல்லாம் கண்டறிய ஒருவன் அவனோடு கூடவே ஒரு கல் உப்புத் தின்றாக வேண்டும்... தவிர, அவனது அன்புடைமையாலும் கெட்டிக்காரத்தனத்தாலும் கிடைக்கும் நன்மை என்ன? உங்களுக்கு வேண்டும் அளவு பணங்கொடுக்கிறான். அது அவனால் முடியும் ஆனால், சிறிதளவு மனவுறுதி வேண்டிய போது, துடுக்கர்களுக்கும் முரட்டுத்தன்மையுடையவர்களுக்கும் தக்க பாடம் கற்பிக்க வேண்டிய சமயம் அவன் தைரியமிழந்து தயக்கத்தில் ஆழ்கிறான். அலெக்ஸேயைப் போன்றவர்கள் வெகு அருமையானவர்களே. ஆனால், போராட்டத் திற்குத் தகுதியற்றவர்கள். பொதுவாகப் பார்த்தால், அவர்களால் ஒரு பிரயோஜனமும் கிடையாது.”

இறுதியாக ரயில் வண்டி தென்பட்டது. புகைபோக்கி வழியே, இளஞ்சிவப்பான நீராவி பீறிட்டு, சோலைக்கு மேலே கிளம்பிற்று.

கடைசிப் பெட்டியிலுள்ள இரண்டு சன்னல்கள், சூரிய ஒளியில் பளிச்சென்று தெரிந்ததால், அவற்றைப் பார்க்கக் கண்கள் கூசின.

யூலியா எழுந்துகொண்டே, "தேநீர் அருந்தும் நேரம்" என்றாள்.

கொஞ்ச காலமாக அவள் உடலில் சதைப் பிடிப்பு உண்டாகி யிருந்தது; அவள் திருமணமான பெண்களுக்குரிய தோரணையில் சோம்பலுடன் நடந்து போய்க்கொண்டிருந்தாள்.

யார்த்ஸெவ் அவள் பின்னால் நடந்துகொண்டே பேசினான்: "ஆனாலும், காதல் இல்லாமலிருப்பது நல்லதல்ல. நாம் காதலைப் பற்றி எவ்வளவோ பேசுகிறோம். படிக்கிறோம். ஆனால், நாமோ மிகச் சிறிதளவுதான் காதலிக்கிறோம். அது நல்லதல்ல."

"எல்லாம் வெறுங்குப்பை, மகிழ்ச்சி என்பது அதுவல்ல" என்றாள் யூலியா.

பல இனிய மலர்கள் வளர்ந்து, வேறு சில பூக்கள் மலரத் தொடங்கிய அழகிய சிறு தோட்டத்தில் அவர்கள் தேநீர் அருந்தினர். யூலியா செர்கேயிவ்னாவின் முகக்குறிப்பைக் கொண்டு, அவள் மனநிறைவு எனும் பேரின்ப நிலையில் இருந்தாள் என்பதையும் தனக்குக் கிடைத்திருப்பதைவிட அதிகமாக அவள் எதையும் நாடவில்லை என்பதையும் யார்த்ஸெவும் கோச்சிவோயும் அறிந்துகொண்டனர். அவளைப் பார்த்ததன் மூலம், தங்களுக்கும் அமைதி கிட்டியதாக அவர்களுக்குத் தோன்றிற்று. அவர்கள் சொன்னது ஒவ்வொன்றும் மதிநுட்பமாகவும் சந்தர்ப்பத்துக்குப் பொருத்தமாகவும் இருந்தது. அங்கிருந்த பைன் மரங்களோ எழில் நிறைந்தவை; அவற்றில் ஊறிய பிசினின் மணமோ வழக்கமாய் இருந்ததைவிட அற்புதமாகத் தோன்றியது; பாலாடையோ மிக நேர்த்தியானதாக இருந்தது; சாஷாவோ இன்பக் குழந்தையாயிருந் தாள்.

தேநீர் முடிந்ததும், அவர்கள் உள்ளே சென்றனர். யார்த்ஸெவ் பியானோவை இசைத்து, பாட்டுக்களைப் பாடிக் கொண்டிருந் தான். யூலியாவும் கோச்சிவோயும் மௌனமாய்க் கேட்டுக் கொண்டிருந்தனர். இடையிடையே, யூலியா எழுந்து, நுனிப் பாதங்களால் நடந்து, அறைக்கு வெளியே, குழந்தையையும் இரண்டு நாட்களாய் ஏதும் சாப்பிடாமல் படுக்கையில் காய்ச்சலாய்க் கிடந்த லீதாவையும் பார்க்கச் சென்றாள்.

"என் அன்பே, என்னருமைக் காதலியே..." * என்று பாடினான் யார்த்ஸெவ். பிறகு தலையை அசைத்து, "இல்லை அன்பர்களே,
_____
* என் அன்பே, என்னருமைக் காதலியே... அலெக்சாந்தர் பூஷ்கின் (1799–1837) எழுதிய 'இரவு' என்னும் பாடலில் உள்ள வரிகள்.

 நற்றிணை பதிப்பகம் ● 95

நீங்கள் என்ன வேண்டுமானாலும் சொல்லுங்கள், ஆனால் நீங்கள் ஏன் காதலுக்கு எதிராக இருக்கிறீர்கள் என்பதை என்னால் புரிந்துகொள்ள முடியவில்லை! தினமும் பதினைந்து மணி நேரத்தை வேலைக்காகச் செலவிடாமல் இருந்தேனானால், நான் காதல் வயப்படுவது மிக மிகத் திண்ணம்" என்றான்.

மாலையுணவு வெராந்தாவில் பரிமாறப்பட்டது. அன்று மாலைப் பொழுது அமைதி நிறைந்து கதகதப்பாயிருந்தது; ஆனாலும், யூலியா சால்வை போர்த்திக்கொண்டு ஈரிப்பாயிருப்பதாகக் குறை கூறினாள். இருள் கவிந்ததும் அவள் எதனாலோ சஞ்சலமடைந்தாள்; அவள் உடம்பு நடுங்கியது; விருந்தினர்களைச் சிறிது தங்கியிருக்கு மாறு கெஞ்சினாள். முதலில் ஒயினையும் உணவிற்குப்பின் பிராந்தியையும் கொண்டு வரும்படி பணியாளர்களிடம் கூறினாள். குழந்தைகளோடும் பணியாளர்களோடும் தனித்திருக்க அவள் விரும்பவில்லை.

"சுற்றியிருப்பவர்களும் நானும் இந்தக் கிராமத்தில் குழந்தை களுக்காக ஒரு நாடகம் நடத்தத் திட்டமிட்டிருக்கிறோம்" என்றாள். "எங்களுக்குத் தேவையான எல்லாமிருக்கின்றன. ஆடலரங்க மிருக்கிறது. நடிகர்கள் இருக்கிறார்கள். ஆனால், நல்ல நாடகம்தான் இல்லை. பலவகைப்பட்ட இருபது நாடகங்களை எங்களுக்கு அனுப்பியிருக்கின்றனர், ஆனால் அவற்றில் ஒன்றாயினும் ஏற்ற தாயில்லை." யார்த்ஸெவ் பக்கம் திரும்பி, "நாடகத் துறையை நீங்கள் விரும்புகிறீர்கள். வரலாறு உங்களுக்கு மிக நன்றாய்த் தெரியும், எங்களுக்காக வேண்டி, நீங்கள் ஒரு வரலாற்று நாடகம் எழுத முடியுமா?" என்று கேட்டாள்.

"அதற்கென்ன, தாராளமாய்."

விருந்தினர் பிராந்தியை முழுக்கப் பருகிவிட்டு, விடை பெற்றுக்கொள்ள ஆயத்தமாயினர். மணி பத்துக்கு மேலாகி விட்டது, நாட்டுப்புறத்தில் அதுவே காலங்கடந்த நேரம்தானே.

"ஒரே இருட்டாயிருக்கிறது, ஒன்றுமே தெரியவில்லையே!" என்று அவர்களை வழியனுப்ப வாயில் அருகே வந்த யூலியா சொன்னாள். "வீட்டிற்கு எப்படி வழிபார்த்துப் போவீர்கள் என்பதே எனக்குத் தெரியவில்லை. அடேயப்பா ஒரே குளிராயிருக்கிறதே!"

சால்வையை மிக இறுக்கப் போர்த்திக்கொண்டு வீடு திரும் பினாள்.

"அலெக்ஸேய் எங்கேனும் சீட்டாடிக்கொண்டிருப்பான். போய் வாருங்கள்" என்று கூவினாள்.

பளிச்செனெ வெளிச்சம் நிறைந்த அறைகளிலிருந்து வந்த யார்த்ஸெவும் கோஸ்த்யாவும் எதையும் பார்க்க முடியவில்லை. குருட்டுப்போக்காக வழிதடவிக்கொண்டே, இருப்புப் பாதை மேட்டுக்குச் சென்று அதைக் கடந்தனர்.

“ஒரு இழவுந் தெரியவில்லை” என்று திட்டினான் கோஸ்த்யா. “இருந்தாலும் அந்த நட்சத்திரங்களைப் பாருங்கள். புத்தம் புதிய வெள்ளிக் காசுகளைப் போல இருக்கின்றன” என்றான்.

மையிருளிலிருந்து, “என்ன?” என்று யார்த்ஸெவின் குரல் வந்தது.

“ஒரே மையிருட்டாக இருக்கிறது, என்றேன். நீங்கள் எங்கே?”

யார்த்ஸெவ், சீட்டியடித்துக்கொண்டே வந்து, அவன் கரத்தைப் பற்றினான்.

“ஏ, ஏ! அதோ பாருங்கள், நல்ல பேர்வழிகள்” என கோஸ்த்யா திடீரென்று தொண்டை கிழியக் கத்தினான். “ஒரு சோஷலிஸ்டைப் பிடித்துவிட்டார்கள்.”

குடிபோதையிலிருக்கும் போது அவன் பெருந்தொந்தரவு கொடுப்பான்; கண்டபடி கூச்சலிடுவான். காவல் சேவகர்கள், வண்டிக்காரர்களோடு வம்பிழுப்பான். பாடுவான், வெளிப்படச் சிரிப்பான்.

“இயற்கையே, நீ நாசமாய்ப் போக” என்று அதிர முழங்கினான்.

“சரி சரி, இப்போது, அதையெல்லாம் நிறுத்துங்கள்” என்று தடுத்துப் பேசினான் யார்த்ஸெவ்.

விரைவில் அவர்கள் கண்கள், இருட்டில் பார்க்கப் பழகிவிட்டன; பைன் மரங்கள், தந்திக் கம்பங்கள் ஆகியவற்றின் வடிவங்கள் தெளிவாகத் துலங்கின. இடையிடையே மாஸ்கோ ரயில்வே நிலையங்களிலிருந்து எஞ்சின்கள் ஊதும் ஒலிகள் வந்தன; தந்திக் கம்பிகள் முறையிடுவதுபோல இம்மென அதிர்ந்தன. ஆனால், சோலையிலிருந்து ஒரு சத்தங்கூடக் கேட்கவில்லை. அந்த மௌனத்திலே பெருமிதமும் வலிவுமுடைய மர்மமான ஏதோ ஒன்று நிறைந்திருந்தது. பைன் மரங்களின் உச்சி நுனிகள் விண்ணைத் தொடுவன போலத் தோன்றின. நண்பர்கள் இருவரும், பாதையைக் கண்டுபிடித்து அதன் வழியாகச் சென்றனர். இங்கே ஒரே இருள். விண்மீன்கள் பதிந்தவானத்தின் நீண்ட பகுதி, பாதங்களின் அடியில் நன்கு மிதியுண்ட தரை – இவற்றைக் கொண்டுதான், தாங்கள் செல்வது சரியான வழியே என அவர்களுக்குச் சொல்ல முடிந்தது. அவர்கள்

அக்கம் பக்கமாகப் பேசாது நடந்தனர்; அவ்விருளில் தம்மை நோக்கி யாரோ நடந்து வருவதாக இருவருக்கும் பட்டது. குடிவெறி தெளியத் தொடங்கிற்று. இந்தச் சோலையில் மாஸ்கோ ஜார்கள், பழங்காலப் பிரபுக்கள், தலைமைக் குருமார் ஆகியவர்களின் ஆத்மாக்கள் ஒருவேளை சுற்றிக்கொண்டிருக்கலாம் என யார்த்ஸெவுக்குத் தோன்றிற்று; அதைக் கோஸ்த்யாவுக்குச் சொல்ல நினைத்தான். ஆனால், எண்ணத்தை மாற்றிக்கொண்டான்.

நகரத்தை அவர்கள் அடைந்த போது விடியற்காலையின் முதல் இளவெளிச்சம் வானத்தில் படர்ந்தது. அவர்கள் மலிவான கோடைக்காலக் குடிசைகள், சாராயக் கடைகள், மரக்கடைகள் ஆகியவற்றைக் கடந்து நடந்தனர். இருப்புப் பாதைப் பாலத்தின் அடியே சென்றனர், அவ்விடத்தில் ஈரக்காற்றில் எலுமிச்சை மர மலர்களின் இனிய நறுமணம் வீசிற்று. பிறகு ஜன நடமாட்டமும் எவ்வித வெளிச்சமும் இல்லாத ஓர் அகன்ற தெருவழியாகச் சென்றனர். அவர்கள் கிராஸ்னிய் குளம் சேர்ந்தபோது, ஏற்கெனவே விடிந்துவிட்டது.

“மாஸ்கோ இன்னும் ஏராளமான துன்பங்களை அனுபவிக்க வேண்டிய நகரம்” என்று குறிப்பிட்டான் யார்த்ஸெவ். அப்போது அவர்கள் அலெக்ஸேயிவ்ஸ்கி மடத்தைக் கடந்து கொண்டிருந் தனர்.

“உங்களுக்கு இந்த நினைவு எப்படி வந்தது?”

“எனக்குத் தெரியாது. மாஸ்கோ எனக்கு ஒரே பிரியம். அதனால்தான் இருக்கலாம்.”

யார்த்ஸெவ், கோஸ்த்யா இருவரும் மாஸ்கோவில் பிறந்த வர்கள்; மாஸ்கோவை நேசித்தனர். அதே சமயம் ஏதோ காரணத்தால் மற்ற எல்லா நகரங்களையும் வெறுத்தனர். மாஸ்கோ ஓர் அற்புதமான மாநகரென்றும், ருஷ்யா ஓர் அற்புதமான நாடென்றும் திடமாக நம்பினர். கிரீமியாவிலோ காகஸஸிலோ அல்லது வெளிநாட்டிலோ அவர்கள் சந்தோஷமும் அமைதியும் இன்றி இருந்தனர். மாஸ்கோவின் அலுப்புத் தரும் காலநிலையைக்கூட உடல்நலம் தருவதாகவும் களிப்பூட்டுவதாகவும் கருதினர். சன்னல் கண்ணாடியைக் குளிர்மழை தாக்குவது, மாலையில் சீக்கிரமே இருள் சூழ்ந்துவிடுவது, வீடுகள், மாதாகோயில்களின் சுவர்கள் மகிழ்ச்சியற்ற பழுப்பு நிறமாக மாறுவது, வெளியில் புறப்பட விரும்பும்போது எதை அணிந்து செல்வது என்பதைத் தெரிந்துகொள்ளாமல் தவிப்பது – இவை யெல்லாம் அவர்களுக்கு ஊக்கமூட்டின – வேறெந்த உணர்ச்சியையும் அல்ல.

கடைசியாக அவர்கள் ரயில் நிலையத்தை அடைந்து ஒரு வண்டியை வாடகைக்கு அமர்த்தினர்.

“ஒரு சரித்திர நாடகத்தை நான் உண்மையிலேயே எழுதினால் தான் நன்றாயிருக்கும்?” என்றான் யார்த்ஸெவ். “ஆனால் லியாபுனோவ்,* கொதுனோவ்** போன்ற பாத்திரங்கள் இல்லாமல், யாலொஸ்லாவ்*** அல்லது மானோமாக்**** காலத்தை நிலைக் களனாகக் கொண்டு... எல்லா ருஷ்ய சரித்திர நாடகங்களையும் நான் வெறுக்கிறேன் – பிமெனின்***** தனிமொழி தவிர வரலாற்று மூலங்களும் ருஷ்ய வரலாற்று நூல்களும் கூடத்தான், ருஷ்யாவைப் பற்றிய எல்லாவற்றையும் அசாதாரணத் தனித்திறம் பெற்றதாக, கவர்ச்சிகரமானதாகக் காட்டுகின்றன; ஆனால், ஒரு சரித்திர நாடகத்தை நான் பார்க்கும்போதோ, ருஷ்ய வாழ்க்கை தனித் திறமையின்றியும் நலங்குன்றியும் குறிப்பிடத்தக்க அம்சங்கள் ஏதும் இல்லாமலும் இருப்பதாக எனக்குத் தோன்றுகிறது.”

திமீத்ரவ்கா வீதிக்கு அருகே நண்பர்களும் பிரிந்தனர்; யார்த்ஸெவ் நிகீத்ஸ்கயாத் தெருவிலுள்ள தன் வீட்டுக்கு வண்டியில் போனான். வழிநெடுக அவன் உறங்கிக்கொண்டே, தான் எழுதவிருந்த நாடகத்தைப் பற்றிச் சிந்தித்தான். திடீரென அச்சந்தரும் இரைச்சல், ஆயுதங்கள் கணீர் கணீர் என ஒலிப்பதும், புரிந்துகொள்ள முடியாத ஒரு மொழியில் – அது கால்மிக் என்ற மொழியாக இருக்கலாம் – கூச்சல்களும் கேட்டதாக நினைத்தான். ஒரு சிற்றூர் தீப்பற்றியெரியக் கண்டான்; அந்தப் பயங்கரமான நெருப்பின் ஒளியில், ஒவ்வொரு சிறிய பீர் மரமும் தனித்தனியே நிற்பது தெரியும் அளவுக்கு, வெள்ளிப் பனியினால் மூடுண்டிருந்த சுற்றுப்புறக் காடுகள் மிகத் தெளிவாகத் தெரிந்தன. சிற்றூரில் யாரோ காட்டுமிராண்டிகள் குதிரைகள் மீதும் கால்நடையாகவும் காற்றாய்ப் பறந்தனர்; அந்த மனிதர்கள், குதிரைகளின் உடல்கள் செக்கர் வானத்தைப் போலச் செந்நிறமாய்த் தோன்றின.

‘இவர்கள் போலவ்ட்ஸிகள்’ ****** என நினைத்தான் யார்த்ஸெவ்.

---

* லியாபுனோவ் – ரியஸான் பிரபுக்களின் தலைவன். பலோத்நிகோவ் என்பவனின் விவசாய எழுச்சியில் பங்கு கொண்டவன். பிறகு ஜார் பக்கத்தில் சேர்ந்தான்.

** கொதுனோவ் (சுமார் 1551 – 1605) – ருஷ்ய ஜார் (1598 – 1605).

*** யாலொஸ்லாவ் (விவேகி) (978–1054) – கீவ் சிற்றரசன்.

**** மானோமாக் விளதீமிர் (1053–1125) – கீவ் சிற்றரசன். ருஷ்யாவை ஒன்றுபடுத்தியதில் முக்கியமான பங்கு வகித்தவன்.

*****பிமென் – புஷ்கின் எழுதிய ‘பரீஸ் கொதுனோவ்’ என்ற நாடகத்தில் வரும் ஒரு பாத்திரம்.

****** தெற்கு ருஷ்யாவின் ஸ்தெப்பி வெளிகளில் வாழ்ந்து வந்த ஒரு தேசிய இனம்.

அவர்களில் ஒருவன் – இரத்தந் தோய்ந்த பயங்கரமான முகமும் எங்கும் எரிபுண்கள் கொண்ட உடம்பும் உள்ள கிழவன்–வெண்ணிற வதனியான ஓர் இளம் ருஷ்யக் கன்னியைச் சேணத்துடன் சேர்த்துக் கட்டுகிறான். கிழவன் காட்டுக் கூச்சல் போடுகிறான். கன்னியோ ஏக்கமும் அறிவும் ததும்பும் விழிகளால் நோக்குகிறாள். யார்த்ஸெவ் தலையைக் குலுக்கியாட்டித் தூக்கத்தைப் போக்கிக்கொண்டான்.

“என் அன்பே, என்னருமைக் காதலியே....” என்று மீண்டும் பாடினான்.

வண்டிக்காரனுக்குக் கூலியைத் தந்துவிட்டு, மாடியிலுள்ள தன் அறைகளுக்கு ஏறிச் சென்றான். ஆனால், கனவை அவனால் இன்னும் போக்கடிக்க முடியவில்லை; அவன் கண்முன்னே தோன்றியது கிராமத்தின் காட்சி; தீக்கொழுந்துகள் சிற்றூர் முழுவதும் பரவிவிட்டன; காடு சடசடத்துப் புகை மண்டுகிறது; அச்சத்தால் பொறிகலங்கிப் போன காட்டுப் பன்றியொன்று சிற்றூர் வழியே வெறித்தாடுகிறது. சேணத்தில் கட்டுண்ட பெண் எல்லா வற்றையும் பார்த்துக்கொண்டிருந்தாள்.

அவன் தன் அறைக்குள் நுழைந்தபோது நன்றாக விடிந்து விட்டது. மேசையின் மீது, திறந்து கிடந்த ஒரு பாட்டுப் புத்தகத் தினருகில் இரண்டு மெழுகுவர்த்திகள் அடிவரை எரிந்து அணையும் தறுவாயிலிருந்தன. ரஸ்ஸூதினா, கரிய உடையணிந்து, கைகளில் செய்தித்தாளுடன் சோபாவின் மீது உறக்கத்தில் ஆழ்ந்து கிடந்தாள். அவன் வருகைக்காகக் காத்திருந்த வண்ணம், நீண்ட நேரம் அவள் பியானோ வாசித்துக்கொண்டேயிருந்து விட்டுப் பிறகு உறக்கத்தில் ஆழ்ந்துவிட்டாள் என்பது தெளிவாகத் தெரிந்தது.

“பாவம், எவ்வளவு களைத்துப் போயிருக்க வேண்டும்” என்று நினைத்தான்.

அவள் கையிலிருந்த செய்தித்தாளை மெல்லென எடுத்து விட்டு, அவள்மீது ஒரு போர்வையைப் போர்த்தி, மெழுகு விளக்கு களை அணைத்துவிட்டுத் தன் படுக்கையறைக்குச் சென்றான். வரலாற்று நாடகத்தைச் சிந்தித்தவாறு அவன் படுக்கையில் சாய்ந்தான். ‘என் அன்பே, என்னருமைக் காதலியே...’ என்னும் பாடல் அவன் காதில் தொடர்ந்து ஒலித்தது.

இரண்டு நாள் கழித்து லீதாவுக்குத் தொண்டை அடைப்பான் நோய் ஏற்பட்டது என்றும் அவளிடமிருந்து யூலியா செர்கேயிவ் னாவுக்கும் அவள் குழந்தைக்கும் அந்நோய் தொற்றிக்கொண்டது எனவும் அவனுக்குச் சொல்வதற்காக லாப்தேவ் சிறிது நேரத்திற்கு அங்கு வந்திருந்தான், மேலும் ஐந்து நாட்களுக்குப் பிறகு லீதா,

யூலியா இருவரும் தெளிந்து வருகிறார்கள் என்றும் ஆனால் குழந்தை இறந்துவிட்டதாகவும் செய்தி வந்தது. லாப்தேவ் குடும்பத்தினர் நகரத்திற்கு விரைந்து திரும்பினார்கள்.

14

இப்போது லாப்தேவ் நீண்டநேரம் வீட்டில் தங்க முடியவில்லை. சிறுமிகளுக்குப் பாடம் சொல்ல வேண்டுமென்ற சாக்கைக்கொண்டு அவன் மனைவி முற்றத்தில் உள்ள இருமாடி வீட்டிற்கு அடிக்கடி போய்விடுவாள்; ஆனால், அவள் உண்மையில் கோஸ்த்யாவின் அறைக்குச் சென்று அங்கே அழுதாள் என்பது அவனுக்குத் தெரியும். குழந்தை இறந்த ஒன்பதாம் நாள், இருபதாம் நாள், நாற்பதாம் நாட்களுக்குப் பிறகு அவர்கள் அலெக்ஸேயிவ்ஸ்கெயே இடுகாட்டிற்கு நினைவு வழிபாடுகளுக்காகச் செல்ல வேண்டியிருந்தது. அதன்பிறகு நாள் முழுதும் துன்பப்படுவதும் கொடுத்து வைக்காத அக்குழந்தை யைப் பற்றியே நினைப்பதும் மனைவிக்கு ஆறுதலாக ஏதேதோ சகஜ வார்த்தைகள் சொல்லுவதும் அவசியமாயிருந்தது. இப்போதெல் லாம் அவன் பண்டசாலைக்குச் செல்வது அரிதாகிவிட்டது; தருமவேலையில் ஈடுபட்டான். தனக்கெனப் பல்வேறு வேலைகளைப் புதிது புதிதாய் ஏற்படுத்திக் கொண்டான். ஏதாவது அற்ப வேலையைச் சாக்காகக்கொண்டு வண்டியில் ஏறிச் சுற்றி ஒருநாள் பொழுதையே கழித்துவிட்டால் சந்தோஷமாயிருப்பான். இப்போது அவன் வெளிநாடு சென்று, இரவு விடுதிகள் அமைப்பது பற்றிக் கற்றுவரத் திட்டமிட்டான்; தற்சமயம் அவ்வெண்ணம் அவன் மனத்தைப் பெரிதும் கவர்ந்திருந்தது.

அன்று இலையுதிர்க் காலத்தில் ஒருநாள், யூலியா அழுவ தற்காகச் சிறு வீட்டிற்கு அப்போதுதான் சென்றாள். லாப்தேவ் தன் படிப்பறையில் சோபாவின் மேல் படுத்தபடி எங்கே செல்வது என்று சிந்தித்தான். அந்நேரம், ஃபியோதர் வந்து, ரஸ்ஸோதினா வந்திருப்பதாக அறிவித்தான். லாப்தேவ் இன்பக் களிப்பில் குதித் தெழுந்து, தான் எதிர்பார்க்காது வந்திருக்கும் அவளை எதிர்கொள்ள விரைந்தான். ஒரு காலத்தில் தன் ஆசைநாயகியாக இருந்த அவளை இப்போது அவன் அநேகமாய் நினைப்பதேயில்லை. அன்றொரு நாள் மாலையில் அவர்கள் பிரிந்தபோது, அவள் எப்படியிருந்தாளோ அதேபோல இன்றும் இருந்தாள்.

லாப்தேவ் கைகளை அவள்பால் நீட்டினான்.

“பொலீனா!” என்று உரத்துக் கூறினான்.

“நாம் ஒருவரை ஒருவர் பார்த்து வெகுகாலமாயிற்று. உங்களைப் பார்க்க நான் எவ்வளவு மகிழ்ச்சியடைகிறேன் என்பதை உங்களால் கற்பனை செய்யவே முடியாது! தயவுசெய்து, வாருங்கள்.”

ரஸ்ஸூதினா அவன் கையைப் பிடித்து வெடுக்கெனக் குலுக்கி விட்டு, தொப்பியையோ கோட்டையோ எடுக்காமல், நேராக அவன் படிப்பறைக்குள் சென்று அமர்ந்தாள்.

“சில நிமிடங்களுக்குமேல் உங்களை நான் இருத்திவிட மாட்டேன்” என்றாள். “உங்களுடன் வீண்பேச்சடிக்க எனக்கு நேர மில்லை. தயவு செய்து உட்கார்ந்து, நான் சொல்வதைக் கேளுங்கள். ஆண்கள் என்னிடம் அன்போடு நடப்பதை நான் அரைக்காசுக்குக் கூட மதிப்பதில்லை. என்னைக் காண்பதில் உங்களுக்கு மகிழ்ச்சியா இல்லையா என்பது பற்றியும் நான் ஒரு துளிக்கூடக் கவலைப்பட வில்லை. நான் உங்களிடம் வந்த காரணம் இதுதான்: இதற்கு முன் ஐந்து இடங்களுக்குப் போயிருந்தேன். ஒவ்வோரிடத்திலும் என் வேண்டுகோளுக்கு இணங்க மறுத்து விட்டனர். ஆனால், விஷயமோ ரொம்ப அவசரமானது. காது கொடுத்துக் கேளுங்கள்” என்று அவன் கண்களைப் பார்த்துத் தொடர்ந்து பேசினாள்.

“எனக்கு அறிமுகமான ஐந்து மாணவர்கள் இருக்கிறார்கள், அவர்கள் அகத்திறமையும் அறிவும் இல்லாதவர்கள், ஆனால் ஏழைகள், இதுதான் நிச்சயம். இந்த மாணவர்கள் கல்விக் கட்டணம் கட்டத் தவறிவிட்டனர். அதனால், அவர்களைப் பல்கலைக் கழகத்தை விட்டு வெளியேற்றிவிடுவார்கள் போலிருக்கிறது. நீங்கள் பணக்காரர். உடனே பல்கலைக்கழகத்துக்குப் போய், கட்டணம் கட்ட வேண்டியது உங்களுடைய கடமை.”

“இதை மகிழ்ச்சியோடு செய்கிறேன், பொலீனா.”

“அவர்களுடைய பெயர்கள் இதோ இருக்கின்றன” என்று மிச்பல்லி ரஸ்ஸூதினா, அவனிடம் ஒரு துண்டுத் தாளைக் கொடுத்தாள். “உடனே போங்கள். குடும்பப் பேரின்பத்தைப் பிறகு நுகரலாம்.”

அந்நேரம், விருந்தினர் அறைக் கதவின் பின்னால் மெல்லிய சலசலப்பு ஒலி கேட்டது – ஒருவேளை நாய் ஏதேனும் உடலைச் சொறிந்து கொண்டிருக்கலாம். ரஸ்ஸூதினா முகஞ்சிவந்து எழுந்து நின்றாள்.

“உங்கள் வாழ்க்கைத் துணைவி ஒட்டுக் கேட்கிறாள். எவ்வளவு வெறுக்கத்தக்கது” என்றாள்.

அவனுக்குச் சுருக்கென்று தைத்தது.

“அவள் இங்கே இல்லை. மற்றொரு வீட்டில் இருக்கிறாள். தயவுசெய்து அவளைப் பற்றி அப்படிப் பேசாதீர்கள். சமீபத்தில் தான் எங்கள் குழந்தை இறந்துபோய்விட்டது. அவள் மனமுடைந்து போயிருக்கிறாள்'' என்றான்.

“நீங்கள் அவளுக்கு ஆறுதல் சொல்லுங்கள்!” என்று கிண்டலாகச் சொன்னாள் ரஸ்ஸூதினா. அவள் மறுபடியும் அமர்ந்தாள்.

“அவள் இன்னும் ஒரு டஜன் பெறுவாள். பிள்ளை பெறுவதற்குப் புத்தி வேண்டுமா என்ன?” *

லாப்தேவுக்கு இதைப் போன்ற பேச்சை வெகுகாலத்துக்கு முன்பு பலமுறை கேட்டது நினைவுக்கு வந்தது. கடந்து போன அந்த இன்ப நாட்களை, மணமாகாத அந்தச் சுதந்திர நாட்களை, தன்னை இளைஞனாகவே எண்ணி, தன்னால் செய்ய முடியாத எதுவும் இல்லை என்று நினைத்திருந்த நாட்களை, தன் மனைவியிடத்தில் காதல் என்ற விஷயமோ தன் குழந்தையைப் பற்றிய நினைவு என்பதோ இல்லாதிருந்த அந்த நாட்களைப் பற்றிய இன்ப நினைவு ஒரு நொடி நேரம் அவன் சிந்தனையில் அலையலையாகப் புரண்டது.

“இருவரும் சேர்ந்து போவோமே'' என்று எழுந்தான்.

ரஸ்ஸூதினா பல்கலைக்கழகத்திற்கு வெளியில் காத்திருந்தாள்; லாப்தேவ் அலுவலகத்துக்குச் சென்றான். அவன் திரும்பி வந்து அவளிடம் ஐந்து ரசீதுகளைக் கொடுத்தான்.

“இப்போது நீங்கள் எங்கே செல்கிறீர்கள்?'' என்று கேட்டான்.

“யார்த்ஸெவ் வீட்டிற்கு.”

“உங்களுடன் நானும் வருகிறேன்.”

“அவன் வேலையாக இருக்கிறான், நீங்கள் வெறுமே அவனைத் தொந்தரவு செய்வீர்கள்.”

“இல்லை, மாட்டேன், உறுதியாகச் சொல்லுகிறேன்'' என்று அவளைக் கெஞ்சுவதுபோல் பார்த்தான்.

அவள் யாரையோ இழந்து ஏதோ பெருந்துக்கத்தில் இருப்பவள் போலக் கறுப்புத் தொப்பியும் பிதுங்கும் பைகள் கொண்ட மிகக் குட்டையான நைந்த கோட்டும் அணிந்திருந்தாள். அவள் மூக்கு எப்போதையும்விட நீண்டிருப்பது போலத் தோன்றிற்று. அதிகக் குளிராயிருப்பினும் அவள் கன்னங்கள் வெளிறி இருந்தன. அவளுக்கு

* பிள்ளை பெறுவதற்குப் புத்தி வேண்டுமா என்ன? – அ. கிரிபயேதவ் (1795–1829) என்ற பிரபலமான ருஷ்ய எழுத்தாளர் எழுதிய ‘அறிவினால் விளைந்த துன்பம்’ என்னும் இன்பியல் நாடகத்தின் கதாநாயகனான சாத்ஸ்கி கூறும் வார்த்தைகள்.

அடங்கி, அவள் முறுமுறுப்பைக் கேட்டுக் கொண்டு அவள் பின்னால் நடந்து செல்வது லாப்தேவுக்கு ஒரே இன்பமாய்த் தென்பட்டது. வழிநெடுக லாப்தேவ் ரஸ்ஸூதினாவைப் பற்றிச் சிந்தித்துக்கொண்டிருந்தான். அவள் அழகற்றவள், நல்ல உடற்கட்டு இல்லாதவள், எப்போதும் பரபரப்பாக இருப்பாள், கூந்தலைக் காமாசோமா என்று வாரிவிட்டிருப்பாள், அவள் தோற்றம் அலங்கோலமானது; இவையெல்லாம் இருப்பினும் அவளிடம் ஒரு தனிக் கவர்ச்சி. இந்தப் பெண்ணின் மனவுறுதியைப் பற்றி எண்ணி எண்ணி லாப்தேவால் வியக்காமல் இருக்க முடியவில்லை.

யார்த்ஸெவின் வீட்டையடைந்து பின் வழியாக அவர்கள் சமையலறைக்குள் நுழைந்தனர். அங்கே, நரைத்துச் சுருண்ட கூந்தலுடைய துப்புரவான சிறிய கிழவி ஒருத்தியை அவர்கள் பார்த்தனர். அவள்தான் சமையற்காரி. அவளோ பெரிதும் தடுமாற்ற மடைந்தாள்.

"தயவு செய்து இவ்வழியே போங்கள்" என்று தேனொழுகும் முறுவலோடு கூறினாள். அவளது சிறு முகம் அப்பம் போன்றிருந்தது.

யார்த்ஸெவ் வீட்டில் இல்லை. ரஸ்ஸூதினா பியானோவின் பக்கம் அமர்ந்து, தனக்குத் தொந்தரவு கொடுக்கக் கூடாதென லாப்தேவுக்குக் கட்டளையிட்டுவிட்டு, அலுப்பூட்டும் கடினமான இசைப்பயிற்சி செய்வதில் ஈடுபட்டாள். அவளிடம் பேச அவன் முயலவில்லை. ஒரு மூலையில் அமர்ந்து 'ஐரோப்பியச் செய்திகள்' என்ற சஞ்சிகையைப் புரட்டிக்கொண்டிருந்தான். ரஸ்ஸூதினா இரண்டு மணி நேரம் பயிற்சி முடித்து விட்டு – அவளது அன்றாட வழக்கம் இது – சமையலறையில் ஏதோ உணவருந்திவிட்டுப் பாடம் போதிக்கப் புறப்பட்டு விட்டாள். லாப்தேவ் ஒரு தொடர் நாவலைப் படித்தான்; பிறகு நெடுநேரம் படிக்காமலே உட்கார்ந்திருந்தான்; இதனால் அலுப்படையவில்லை; பகலுணவுக்காக வீடு செல்ல வேண்டிய நேரம் கடந்துவிட்டது பற்றி அவனுக்கு மகிழ்ச்சிதான்.

திடீரென்று யார்த்ஸெவின் 'ஹோ! ஹோ! ஹோ!' என்ற உரத்த சிரிப்பொலி கேட்டது; சிறிது நேரம் கழித்து வளமான, விறுவிறுப் புடைய, சிவந்த கன்னங்களோடும், பளபளப்பான பொத்தான் களுடைய புத்தம் புதிய மேலங்கியோடும் யார்த்ஸெவ், "ஹோ, ஹோ, ஹோ!" என்று நகைத்துக்கொண்டு உள்ளே வந்தான்.

நண்பர் இருவரும் ஒன்றாகச் சாப்பிட்டனர். பிறகு லாப்தேவ், சோபாவின் மேல் படுத்துக்கொண்டான்; யார்த்ஸெவ் அவன் பக்கம் அமர்ந்து, ஒரு சிகரெட்டைப் பற்றவைத்தான். அந்திமாலை வந்தடைந்தது.

“எனக்கு முதுமை வரத் தொடங்கிவிட்டது போலும். என் தமக்கை நீனா இறந்த நாள் முதல், நான் அடிக்கடி சாவைப் பற்றியே நினைக்கிறேன்” என்றான் லாப்தேவ்.

அவர்கள் சாவைப் பற்றியும் ஆன்மாவின் அழியாமையைப் பற்றியும் பேசினர்; மரணத்துக்குப் பின் உண்மையிலேயே மீண்டும் உயிர்த்தெழுந்து செவ்வாய்க்கிரகத்துக்கோ வேறு ஏதேனும் இடத்துக்கோ பறந்து சென்று, இடைவிடாத கொண்டாட்டமும் மகிழ்ச்சியுமாக இருக்க முடிந்தால், அதோடு முக்கியமாக, மண்ணுலகப் பாங்கிலின்றித் தனிப்பட்ட விதத்தில் சிந்திக்க முடிந்தால் எவ்வளவு நன்றாக இருக்கும் என்று உரையாடினார்கள்.

“இருந்தாலும், நான் சாக விரும்பவில்லை” என்று மெதுவாகச் சொன்னான் யார்த்ஸெவ். “சாவைப் பற்றிய சிந்தனையோடு என்னை ஒத்துப்போகும்படி செய்யவல்ல தத்துவம் எதுவுமே இல்லை. சாவை நான் அழிவு எனக் கருதுகிறேன். நானோ வாழ விரும்புகிறேன்.”

“வாழ்க்கையை அதிகமாக விரும்புகிறீர்களா?”

“ஆம், அதிகமாக விரும்புகிறேன்.”

“இந்த விஷயத்தில் நான் என்னையே புரிந்துகொள்ள முடியவில்லை. மிகப் பெரிய மனச்சோர்விற்கும் எதிலும் சிரத்தையில்லாதிருக்கும் நன்மைக்குமிடையே அகப்பட்டுக் கொண்டு எப்போதும் நான் தவிக்கிறேன். நான் பயங்கொள்ளி, எனக்குத் தன்னம்பிக்கையில்லை, என் மனசாட்சி கோழைத்தனமானது, வாழ்வுக்குத் தக்கபடி என்னைச் சரிசெய்து கொள்வதிலும், தன்னிஷ்டம்போல வாழ்வை உருவாக்குவதிலும், நான் திறங்கெட்டவன். சிலர் பொருளற்ற பேச்சுக்களைப் பேசுவதிலோ அல்லது மோசடி செய்வதிலோ களிப்படைகின்றனர். ஆனால், நானோ உணர்வு பூர்வமாக நன்மை செய்ய முயலும்போதுகூட சஞ்சலமடைகிறேன்; அல்லது எனக்கு மிகுந்த அலட்சியம் உண்டாகிவிடுகிறது. இதற்கெல்லாம் காரணம், நான் அடிமையாக, பண்ணையடிமையாக இருந்தவனின் பேரனாக இருப்பதுதான் என்று நினைக்கிறேன். சாதாரண ஜனங்களாகிய நாம் வாழ்க்கையைச் சரியான முறையில் மாற்றுவதில் வெற்றி பெறுமுன், பலர் அழிந்துவிடுவார்கள்!”

“இதெல்லாம் நல்லதுதான், நண்பா” என்று சொல்லிவிட்டுப் பெருமூச்செறிந்தான் யார்த்ஸெவ். “ருஷ்யாவின் வாழ்க்கை எவ்வளவு வளம்பட்டது, எவ்வாறு வேறுபட்டது என்பதைத்தான் அது மீண்டும் எடுத்துக்காட்டுகிறது. ஆ! எத்தனை வளமுடையது! ஏதோ ஒரு பெரு வெற்றியை அடையும் தறுவாயில் நாம் வாழ்ந்து வருகிறோம் என்பதில் எனக்குள்ள நம்பிக்கை தினந்தோறும்

மேன்மேலும் உறுதிப்பட்டு வருகிறது. அதுவரை உயிரோடிருந்து அவ்வெற்றியில் பங்குகொள்ள விரும்புகிறேன். நீங்கள் நம்பினாலும் சரி, நம்பாவிட்டாலும் சரி, இப்போது வளர்ந்து வரும் தலைமுறை வியக்கத்தக்க ஒன்றென நான் உணர்கிறேன். குழந்தைகளுக்கு, குறிப்பாகச் சிறுமிகளுக்கு, நான் பாடஞ்சொல்லும்போது, எனக்கு மகிழ்ச்சி பொங்கிவரும். அற்புதமான குழந்தைகள்!"

யார்த்ஸெவ் பியானோவிற்குச் சென்று சில கட்டைகளை அழுத்தினான்.

"நான் ஓர் இரசாயனவாதி. இரசாயன விஞ்ஞானத்தின் அடிப்படையில்தான் எதைப் பற்றியும் சிந்திக்கிறேன், இரசாயன வாதியாகவே சாவேன்" என்று அவன் மேலும் தொடர்ந்து சொன்னான். "ஆனால், எனக்குத் திருப்தியே கிடையாது. மன நிறைவு ஏற்படும் முன்னமே இறந்துவிடுவேன் என அஞ்சுகிறேன்; இரசாயனம் எனக்குப் போதவில்லை; ருஷ்ய வரலாறு, கலைகளின் வரலாறு, ஆசிரியக் கலை, இசை முதலியவற்றை ஒன்றன் பின் ஒன்றாக நான் மேற்கொள்ளுகிறேன். கடந்த கோடையில் ஒருநாள் உங்கள் மனைவி சரித்திர நாடகம் ஒன்றை எழுதுமாறு என்னிடம் கூறினாள். மூன்று நாள் ஒரேயடியாக உட்கார்ந்தால் அதை எழுதிவிட முடியும் என்று நம்புகிறேன். என் தலை வெடிப்பது போல் தோன்றுகிறது – அத்தனை எண்ணங்கள் அதில் உருவாகிக் கிடக்கின்றன; இதயம் படக் படக் எனத் துடிப்பதை உணர்கிறேன். அசாதாரண மனிதனாக இருக்க வேண்டுமென்பது என் நோக்கமல்ல; நான் தலைசிறந்த ஒன்றைப் படைப்பேன் என்று எதிர்பார்க்கவில்லை. நான் வெறுமே வாழவும் கனவு காணவும் நம்பவும் விரும்புகிறேன். எதையும் இழக்காமல் இருக்கவே விரும்புகிறேன்... தம்பீ! வாழ்க்கை மிகவும் குறுகியது. அதிலிருந்து முடிந்ததையெல்லாம் பெற்றுவிட வேண்டும்."

அந்தத் தோழமைப் பேச்சு இரவில் நெடுநேரம்வரை நடந்தது. அதுமுதல், லாப்தேவ் கிட்டத்தட்ட ஒவ்வொரு நாளும் யார்த்ஸெ விடம் வரப்போகத் தொடங்கினான். அவன்பால் அவன் கவர்ந்திழுக்கப்பட்டான். வழக்கமாகப் பொழுது சாயும்போது வருவான்; சோபாவின்மீது படுத்து, யார்த்ஸெவின் வருகைக்குப் பொறுமையோடு காத்திருப்பான். வீட்டுக்கு வந்து சாப்பிட்டு விட்டு யார்த்ஸெவ் வேலை செய்ய அமருவான், லாப்தேவோ அவனை ஏதேனும் கேள்வி கேட்பான். உடனே உரையாடல் தொடங்கி வேலை மறந்துபோகும்; நள்ளிரவில் இரு நண்பர்களும் பரஸ்பரம் திருப்தியடைந்து பிரிந்து செல்வார்கள்.

ஆனால், இது நீண்டநாள் நீடிக்கவில்லை. ஒருமுறை லாப்தேவ், யார்த்ஸெவிடம் வந்தபோது, ரஸ்ஸூதினாவைக் கண்டான். அவள் பியானோவின் பக்கம் அமர்ந்து, பயிற்சி செய்து கொண்டிருந்தாள்.

“இது எப்போது நிற்கும் என்பதை நீங்கள் தயவு செய்து சொல்லுங்கள்?” என்று கைகுலுக்குவதற்குக் கையை நீட்டாமல், அநேகமாகப் பகைமையுணர்ச்சியோடு அவனைப் பார்த்து அவள் கேட்டாள்.

எதுவும் புரியாதவனாய், “நீங்கள் என்ன சொல்கிறீர்கள்?” என்று வினவினான் லாப்தேவ்.

“நீங்கள் ஒவ்வொரு நாளும் இங்கு வந்து யார்த்ஸெவை வேலை செய்யவிடாமல் தடுக்கிறீர்கள். யார்த்ஸெவ் வியாபாரி அல்ல, விஞ்ஞானி. அவன் வாழ்க்கையில் ஒவ்வொரு நிமிடமும் விலைமதிப்பற்றது. நீங்கள் அதை உணர்ந்தாக வேண்டும்; உங்களுக்குக் கொஞ்சம் நீக்குப்போக்குத் தெரிய வேண்டும்.”

லாப்தேவ் திகைத்துவிட்டான். “நான் உண்மையில் தடங்கலாயிருக்கிறேன் என்று நீங்கள் நினைத்தால், இனிமேல் வரமாட்டேன்” என்று சாதுவாகச் சொன்னான்.

“ரொம்ப நல்லது. தயவு செய்து இப்போதே போய்விடுங்கள். இல்லையேல் அவன் வந்து உங்களைப் பார்த்துவிடலாம்.”

இதை அவள் சொல்லிய விதமும் அவளுடைய அலட்சியப் பார்வையும் அவனை முற்றிலும் நிலை குலைத்துவிட்டன. இப்போதெல்லாம் தன்பால் கடுகளவு உணர்ச்சிகூட அவளுக்குக் கிடையாது; தான் வெளியேற வேண்டும் என்ற விருப்பம்தான் இருந்தது எனப் புரிந்துகொண்டான். இதற்கு முன்னெல்லாம் நிலைமை எவ்வளவு மாறுபட்டிருந்தது என்று எண்ணினான். அவளுடன் கைகுலுக்காமலே அவன் வெளியேறியபோது தன்னைக் கூப்பிடுவாள் என்ற நம்பிக்கையில் இருந்தான்; ஆனால், அவளோ உடனே பியானோ வாசிக்கத் தொடங்கிவிட்டாள். படிக்கட்டுகளின் கீழ் மெதுவாக நடந்து சென்று தான் அவளுக்கு ஒரு அந்நியனாகவே மாறிவிட்டதைப் புரிந்து கொண்டான்.

மூன்று நாட்களுக்குப் பிறகு, மாலைப்பொழுதைக் கழிக்க யார்த்ஸெவ் அவன் வீட்டுக்கு வந்தான்.

“நான் உங்களுக்கு ஒரு செய்தியைத் தெரிவிக்க விரும்புகிறேன். பொலீனா நிக்கலாயெவ்னா என்னுடன் வாழ வந்து விட்டாள்”

எனச் சிரித்துக்கொண்டு சொன்னான். அவன் தாழ்ந்த குரலில் தொடர்ந்து பேசியபோது, சிறிது குழப்பமடைந்ததாகத் தெரிந்தது. "நாங்கள் ஒருவரையொருவர் காதலிக்கவில்லை என்பது திண்ணம். ஆனால், பரவாயில்லை. அவளுக்கு இருப்பிடம் தந்து, அவள் நோய் வாய்ப்பட்டால் அவளுக்கு உதவக்கூடிய நிலையில் இருப்பது பற்றி எனக்கு மகிழ்ச்சியே. அவள் என்னோடு வாழ்ந்தால், என் வாழ்க்கை மிகவும் ஒழுங்காக இருக்கும்; அவளது செல்வாக்கின் கீழ் நான் பெரும் விஞ்ஞானியாவது சாத்தியமாகும் என்றெல்லாம் அவள் நம்புகிறாள். அதுதான் அவள் நினைப்பது. தொடர்ந்து அப்படியே அவள் நினைக்கட்டுமே. தெற்கத்தியார்கள் சொல்வது போல, 'மூடனுக்கு மனக்கோட்டைதான் செல்வம்'. ஹோ ! ஹோ !"

லாப்தேவ் ஏதும் பேசவில்லை. தான் எத்தனையோ முறை பார்த்த படங்களை உற்றுப் பாப்பதும் இடையிடையே நிற்பது மாக யார்த்ஸெவ் அங்குமிங்கும் நடையிட்டுக்கொண்டிருந்தான்.

"ஆம், நண்பா" என்றான் ஒரு பெருமூச்சுடன். "நான் உங்களை விட மூன்றாண்டு மூத்தவன்; உண்மையான காதலைப் பற்றிச் சிந்திக்க வேண்டிய காலம் எனக்கு எப்போதோ கடந்து விட்டது. உள்ளபடி சொன்னால், பொலீனா நிக்கலாயெவ்னாவைப் போன்ற ஒரு மடந்தை எனக்குத் தெய்வவசமாகத்தான் கிடைத்தாள். அவளோடு நான் தொண்டு கிழமாகும் வரையில் அமைதியாக வாழ்வேன் என்பதில் ஐயமில்லை. இருந்த போதிலும்கூட, நான் ஏதோ ஒன்றை இழந்துவிட்டதாக நினைக்காமல் இருக்க முடிய வில்லை; இன்னும் ஏதோ ஒன்றுக்காக நான் ஏங்கி நிற்கிறேன். வேறு விதமாகச் சொன்னால், மனிதன் தனக்குக் கிடைத்ததைக் கொண்டு ஒருபோதும் திருப்தியடைவதில்லை."

பிறகு அவன் விருந்தினர் அறைக்குள் சென்று, எதுவுமே நடக்காதது போல, காதல் பாடல்கள் பாடினான். லாப்தேவ், கண்களை மூடியவண்ணம் படிப்பறையில் அமர்ந்து ரஸ்ஸூதினா ஏன் யார்த்ஸெவுடன் வாழச் சென்றாள் என்பதைப் புரிந்துகொள்ள முயன்றான். உறுதியான நீடித்த பாசம் என்று ஏதுமில்லை என்பதை நினைக்க நினைக்க அவனுக்குத் துக்கமாயிருந்தது. பொலீனா நிக்கலாயெவ்னா யார்த்ஸெவுடன் வாழச் சென்றது அவனுக்கு எரிச்சல் ஊட்டிற்று. அவனுக்குத் தன்னைப் பற்றியும் கோபமே ஏற்பட்டது. அவன் தன் மனைவியை முன்பு காதலித்ததுபோல. இப்போதெல்லாம் காதலிக்கவில்லை என்பது அதற்குக் காரணம்.

15

லாப்தேவ் சாய்வுநாற்காலியில் அமர்ந்து ஆடியவாறு படித்துக் கொண்டிருந்தான். யூலியாவும் படித்துக்கொண்டிருந்தாள். காலையிலிருந்து அவர்கள் ஒரு வார்த்தைகூடப் பேசிக்கொள்ள வில்லை; பேசுவதற்கு ஏதும் இல்லைபோல் தோன்றிற்று. அவ்வப் போது, புத்தகத்துக்கு மேலே, அவளை ஒரு பார்வை பார்த்து, 'ஒருவன் காதலைப் பெரிதாகக் கருதித் திருமணம் செய்துகொள்வ தற்கும், காதலே இல்லாமல் திருமணம் செய்துகொள்வதற்கும் உள்ள வேறுபாடுதான் என்ன?' என அவன் சிந்தித்தான். தான் பொறாமைப் பட்ட, அல்லற்பட்ட அந்த நாட்கள் அவனுக்கு எவ்வளவோ தொலைவில் சென்றுவிட்டதாகத் தோன்றின. அதற்குப் பிறகு அவன் வெளிநாடு சென்றிருந்தான்; இப்போது பயணக் களைப்பிலிருந்து ஓய்வுகொண்டிருந்தான்; இங்கிலாந்து அவனுக்குப் பிடித்திருந்தது; இளவேனிற்காலத்தில் அவன் அங்கே திரும்பிச் செல்லத் திட்ட மிட்டிருந்தான்.

யூலியா செர்கேயிவ்னாவுக்குத் துக்கம் பழக்கமாகி விட்டது. இப்போதெல்லாம் அழுவதற்காக அவள் ஒதுங்கிச் செல்வதில்லை. குளிர்காலத்தில், அவள் கடைகளுக்குச் செல்லவில்லை. ஆடலரங்கு களுக்கோ இசையரங்குகளுக்கோ கூடப் போகவில்லை. பெரிய அறைகளை அவள் விரும்பாததால், தன் நேரத்தைக் கணவனின் படிப்பறையிலோ அல்லது தனது அறையிலோ கழித்தாள். அவள் அறையில் தனக்குச் சீதனமாகத் தரப்பட்ட பூசைப் படங்களும் கண்காட்சியில் அவள் விரும்பிய இயற்கைக்காட்சிச் சித்திரமும் மாட்டப்பட்டிருந்தன. தனக்காக அவள் பணத்தை அரிதாகவே செலவிட்டாள் – தன் தந்தையோடு வாழ்ந்தபோது செலவழித்ததை விட அதிகமாகச் செலவிடவில்லை.

அக்குளிர்காலம் மகிழ்ச்சியின்றிக் கழிந்தது. மாஸ்கோவில் ஒவ்வொருவரும் சீட்டாடினர்; அவர்கள் பாட்டுப் பாடுவதிலோ ஒப்பிப்பதிலோ அல்லது ஓவியம் தீட்டுவதிலோ ஈடுபட்டு இன்பங் காண முயன்றால், அது இன்னும் அதிக அலுப்புத் தருவதாகவே இருந்தது. மாஸ்கோவில் திறமைசாலிகள் பலர் இருக்கவில்லை யாதலால் எல்லாக் கலைநிகழ்ச்சிகளிலும், அதே பாடகர்களும் படிப்போருமே பங்குகொண்டனர்; கலை சுவையற்றதாகி விட்டது; மக்கள் பலருக்கும் அது அலுப்பூட்டும் கடனைத் தவிர வேறு எதுவுமல்ல என்னும்படியாயிற்று.

மேலும், ஒவ்வொரு நாளும் லாப்தேவ் குடும்பத்திற்கு ஏதேனும் புதுத் தொல்லைகள் வந்துகொண்டே இருந்தன. ஃபியோதர்

ஸ்தெபானவிச்சின் பார்வை மிகவும் மந்தமாகிவிட்டது. அவர் இப்போதெல்லாம் பண்டசாலைக்குப் போவதில்லை; கண் வைத்தியர்கள் அவர் விரைவில் குருடாவார் என்று அறிவித்தனர். ஏதோ காரணத்தால், ஃபியோதர்கூடப் பண்டசாலைக்குச் செல்வதை நிறுத்திவிட்டு நேரத்தையெல்லாம் வீட்டில் எழுதுவதிலேயே செலவிட்டான். பனவூரவ், வேறொரு நகரத்துக்குத் தன்னை மாற்றிக்கொள்வதில் வெற்றியடைந்து, அரசாங்கக் கவுன்சிலர் என்னும் பதவி உயர்வு பெற்று, இப்போது 'ட்ரெஸ்டன்' ஹோட்டலில் வசித்தான்; லாப்தேவிடம் கிட்டத்தட்ட ஒவ்வொரு நாளும் கடன் வாங்க வருவான். கீஷ் கடைசியில் பல்கலைக்கழகத்தில் பட்டம் பெற்றான். இப்போது லாப்தேவ் குடும்பத்தினர் தனக்கு ஒரு வேலை தேடித் தரும்படி காத்திருந்த வண்ணம், பொழுதைத் தள்ளிக்கொண்டு, எல்லோரையும் உப்புச்சப்பற்ற தன் முடிவில்லாத கதைகளால் துன்பப்படுத்தினான். இவையெல்லாம், லாப்தேவுக்கு எரிச்சலையூட்டிக் களைப்புண்டாக்கி அவனுடைய அன்றாட வாழ்க்கையைக் கெடுத்துவிட்டன.

ஃபியோதர் படிப்பறைக்குள் வந்து, யாரோ ஒரு சீமாட்டி, முதலாளியைப் பார்க்க விரும்புவதாகத் தெரிவித்தான். 'ஜோஸெபினா இயோஸிபவ்னா மிலான்' என்ற பெயர் பொறித்த ஒரு கார்டை லாப்தேவ் கையில் கொடுத்தான்.

யூலியா செர்கேயிவ்னா மெதுவாக எழுந்தாள். நீண்ட நேரம் அசைவற்றிருந்ததால், அவள் கால்கள் மரத்துப் போயிருந்தன. அதனால்தான் வெளியே போகும்போது அவள் நொண்டி நொண்டிச் சென்றாள். கரிய உடை உடுத்திய ஒரு மெலிந்த பெண் வாயிலருகே தோன்றினாள். அவள் வெளுத்துப்போன முகத்தோடும் கரிய புருவங்களுடனும் காட்சியளித்தாள்.

"ஐயா, லாப்தேவ், நீங்கள் என் சின்னஞ்சிறுசுகளின் உயிரைக் காப்பாற்றுங்கள்!" என்று திரும்பவும் சொன்னாள். அவள் உதடுகள் துடித்தன. கண்கள் சிவப்பேறின. திடீரென்று அவள் ஒரு கிழவியைப் போலத் தோன்றினாள். அந்தோ! பரிதாபமான காட்சி! "நீங்கள் ஒருவரே எங்களைக் காக்க முடியும். மாஸ்கோவுக்கு வர நான் கடைசிக் காசையும் செலவழித்து விட்டேன். என் குழந்தைகள் பட்டினியால் சாகிறார்கள்" என்றாள்.

அவள் மண்டியிட்டு விழப்போனாள்; லாப்தேவ் வெருண்டவனாய் அவள் கையைப் பற்றிக்கொண்டான்.

"அமருங்கள், தயவு செய்து அமருங்கள்... உங்களைக் கெஞ்சிக் கேட்கிறேன்" என்று அவளை ஒரு நாற்காலிக்கு இட்டுச் சென்றுகொண்டே முணுமுணுத்தான்.

“ரொட்டிக்குக்கூட எங்களிடம் காசில்லை. கிரிகோரி நிக்கலா யெவிச், ஒரு புதிய பதவியைப் பெறப் போகிறார், ஆனால் அவர் தம்மோடு என்னையும் குழந்தைகளையும் அழைத்துச் செல்ல விரும்பவில்லை. நீங்கள் அத்தனை தாராளமனத்துடன் கொடுக்கும் பணத்தை அவர் தமக்கே செலவிட்டுக் கொள்கிறார். நாங்கள் என்ன செய்வோம்? என் குழந்தைகள் கொடுத்து வைக்கவில்லை!” என்றாள்.

“தேற்றிக்கொள்ளுங்கள், உங்களைக் கெஞ்சிக் கேட்கிறேன். பணத்தை உங்களுக்கே நேராக அனுப்பி வைக்கும்படி குமாஸ்தாக் களுக்குச் சொல்லிவைக்கிறேன்.”

அவள் வாய் விட்டு அழுதாள், ஆனால் உடனே அமைதி யடைந்தாள். பவுடர் பூசிய அவள் முகத்தில் கண்ணீர் வழிந் தோடியது. அதனால் கன்னங்களில் இரு பாதைகள் உருவாயின. இதையும் அவளுக்கு மீசை இருந்ததையும் அவன் கவனித்தான்.

“தங்களுடைய தாராள மனப்பான்மைக்கு எல்லையேயில்லை. ஆனாலும், தயவு செய்து எங்களுக்கு ஒரு காவல் தெய்வமாக, நன்மை புரியும் தேவதையாக, இருங்கள். கிரிகோரி நிக்கலாயெவிச் என்னைக் கைவிட்டு விடாமல் தம்மோடு இட்டுப்போகும்படி சொல்லுங்கள். நான் அவரைக் காதலிக்கிறேன், அவரைக் கண் தலை தெரியாமல் காதலிக்கிறேன். எனக்குள்ள ஒரே ஆறுதல் அவர்தான்” என்றாள்.

லாப்தேவ் அவளுக்கு ஒரு நூறு ரூபிள் தந்து, பனவூரவிடம் பேசுவதாக வாக்களித்தான். அவளோடு கதவுவரை அவன் சென்ற போது அவள் கண்ணீரைக் கொட்டுவாளோ அல்லது மண்டியிட்டு விழுவாளோ என அவனுக்கு அச்சந்தான்.

அவள் சென்றபிறகு, கீஷ் வந்து சேர்ந்தான். பிறகு தன் புகைப்படப் பெட்டியுடன் கோஸ்த்யா வந்தான். சமீபத்தில் புகைப் படங்கள் எடுப்பது அவன் விருப்ப வேலையாகிவிட்டது. ஒவ்வொரு வரையும் ஒரு நாளில் பலமுறை படம் பிடிப்பான். இந்தப் புதிய பொழுதுபோக்கு அவனுக்குப் பெருந்தொல்லையை விளைவித்தது; அவன் எடைகூடக் குறைந்துவிட்டது.

தேநீர் அருந்தும் நேரத்துக்குச் சற்று முன்னே ஃபியோதர் வந்தான். படிப்பறையின் மூலை ஒன்றில் அமர்ந்து, ஒரு புத்தகத்தைத் திறந்து, நீண்ட நேரம் ஒரே பக்கத்தை உற்றுப் பார்த்தான்; அதை அவன் படிக்கவில்லை என்பது தெளிவு. தேநீரைப் பருகுவதில் அதிக நேரம் கடத்தினான், அவன் முகம் சிவந்திருந்தது. அவன் அங்கிருப்பது லாப்தேவுக்கு வேதனையாயிருந்தது; அவனது மௌனங்கூட விரும்பத் தக்கதாயில்லை.

"ஒரு புதிய எழுத்தாளரைப் பெற்ற பேற்றுக்காக ருஷ்யாவை நீ பாராட்டலாம்" என்றான் ஃபியோதர். "கிண்டல் ஒரு புறமிருக்க, அலெக்ஸேய், நான் ஒரு கட்டுரை எழுதித் தள்ளினேன், எழுதித் தான் பார்ப்போமே என்று. உன்னிடம் அதைக் காட்டலாமென்று கொண்டு வந்திருக்கிறேன். படித்துப் பாரப்பா. அதைப் பற்றி நீ என்ன நினைக்கிறாய் என்பதையும் சொல்ல வேண்டும். ஆனால், உனது அபிப்பிராயத்தை ஒளிவு மறைவின்றிச் சொல்."

அவன் பையிலிருந்து ஒரு நோட்டுப் புத்தகத்தை எடுத்துச் சகோதரனிடம் கொடுத்தான். கட்டுரைக்கு இட்டிருந்த தலைப்பு 'ருஷ்யாவின் ஆத்மா' என்பது. திறமையில்லாத ஆனால், தங்களைப் பற்றி வீண் பெருமை கொள்பவர்கள் எழுதும் உப்புச்சப்பற்ற நடையில் அதை அவன் எழுதியிருந்தான். அதன் முக்கியமான கருத்து: எந்த அறிவாளியும் இயற்கைக்கு அப்பாற்பட்டவற்றை நம்பாதிருக்க உரிமையுடையவன்; ஆனால், சாதாரண மக்கள் வழி தவறிப் போகாமல் இருக்கவும் அவர்களின் தெய்வ பக்தி குலைந்து விடாமல் இருப்பதற்காகவும் அவன் தன் அவநம்பிக்கையை மறைத்து வைக்கவேண்டும்; நம்பிக்கை இன்றி இலட்சியவாதம் இருக்க முடியாது; ஐரோப்பாவைக் காப்பாற்றி, மனித இனத்தைச் சரியான நெறியில் கொண்டு செலுத்துவதில் வெற்றியடைய வேண்டியது இலட்சியவாதந்தான்.

"ஆனால், ஐரோப்பாவை எதிலிருந்து காப்பாற்ற வேண்டும் என்பது பற்றி நீ ஒன்றுமே சொல்லவில்லையே" என்றான் லாப்தேவ்.

"அது தெளிவு."

"அது தெளிவல்ல" என்று சொல்லி எழுந்து, அங்குமிங்குமாக லாப்தேவ் உலாத்தினான். "நீ இந்தக் கட்டுரையை எதற்காக எழுதினாய் என்பதும் தெளிவில்லை. எப்படியானாலும் அது உன்னைப் பொறுத்தது."

"இதை ஒரு துண்டுப் பிரசுரமாக நான் வெளியிட உத்தேசித் திருக்கிறேன்."

"அது உன் விவகாரம்."

சில நொடிகள் ஒருவரும் பேசவில்லை.

"நீயும் நானும் ஒரேவிதக் கருத்துகளைக் கொண்டிராம லிருப்பதற்காக நான் மிகவும் வருந்துகிறேன். ஆ! அலெக்ஸேய், அலெக்ஸேய், அருமை அண்ணா! நீயும் நானும் ருஷ்யர்கள், தெய்வத்துக்குப் பயப்படுபவர்கள், பெரிய உள்ளம் படைத்தவர்கள்; ஜெர்மானியர்கள், யூதர்களின் உளுத்துப்போன கருத்துகள் எல்லாம் நமக்குப் பொருந்துமா? நீயும் நானும் ஏதோ போக்கிரிகள் அல்ல;

பிரபலமான ஒரு வணிகக் குடும்பத்தைச் சேர்ந்தவர்கள்" என்றான் ஃபியோதர்.

"என்ன பிரபலமான குடும்பம்?" என்று சொன்னான் லாப்தேவ், சீற்றத்தை அடக்கிக்கொண்டு, "பிரபலமான குடும்பமாம், சே! நமது பாட்டனாரை நிலப்பிரபுக்கள் கசையினால் அடித்தனர்; அவர் முகத்தை ஒவ்வொரு சின்னஞ்சிறு கடைகெட்ட அதிகாரியும் அடித்திருக்கிறான். பாட்டனாரோ தந்தையை விளாசினார். பிரபலமான நம் குடும்பம் உனக்கும் எனக்கும் எதைக் கொடுத்திருக்கிறது? எத்தகைய நெஞ்சுறுதிக்கு, எந்த வகை மனோபாவத்திற்கு நாம் வாரிசாகியிருக்கிறோம்? கிட்டத்தட்ட மூன்றாண்டுகளாகக் கோயில் அதிகாரியைப் போல நீ உளறிக்கொட்டி, ஏதேதோ பிதற்றிக் கொண்டு திரிந்தாய், இப்போது, இதை... இந்த அடிமைத்தனப் பிதற்றலை எழுதியிருக்கிறாய்! என்னைப் பற்றித்தான் என்ன? பார் என்னை... சாமர்த்தியமும் தைரியமும் மனவுறுதியும் இல்லை. எதைச் செய்தாலும் யாரோ ஒருவன் என்னை அடிக்கப் போகிறான் என்ற பயம் எனக்கு. உதவாக்கரை மக்கள், மூடர்கள், முரடர்கள் ஆகியோர் முன்னிலையில், உள்ளத்திலும் ஒழுக்கத்திலும் என்னைவிட எவ்வளவோ கீழானவர்கள் முன்னிலையில் நான் நடுங்கிக் குலைகிறேன். தெருக்கூட்டுபவர்கள், வாயிற்காப்போர், போலீஸ்காரர்கள் ஆகியவரைப் பார்த்து அஞ்சுகிறேன், ஒவ்வொருவனையும் கண்டு அஞ்சுகிறேன். ஏனெனில், பயங்கரத்துக்கு உள்ளான தாய்க்குப் பிறந்தவன் நான்; குழந்தைப் பருவத்திலிருந்து என்னை அதட்டி அச்சுறுத்திக் கொடுமைப்படுத்தினர். உனக்கும் எனக்கும் பிள்ளையில்லாமலே போய்விட்டால் ரொம்ப நல்லது. பிரபலமான வணிகக் குடும்பம் நம்மோடே முடிந்து விடுமானால் அதற்காகக் கடவுளைப் பாராட்ட வேண்டும்!"

யூலியா செர்கேயிவ்னா அறைக்குள் வந்து, மேசையருகில் அமர்ந்தாள்.

"நீங்கள் எதைப் பற்றி வாக்குவாதம் செய்து கொண்டிருந்தீர்கள்? நான் அதை இடைமுறிக்கவில்லை என்று நம்புகிறேன்."

"இல்லவே இல்லை, தங்கை, நாங்கள் ஒரு முக்கியமான விஷயத்தைப் பற்றிப் பேசிக்கொண்டிருந்தோம்" என்று விடையளித்தான், ஃபியோதர். சகோதரன் பக்கம் திரும்பித் தொடர்ந்து பேசினான்: "நீ குடும்பம், குடும்பம் என்று நொடிக்கிறாய். இருந்த போதிலும் இந்தக் குடும்பம் இலட்சக்கணக்கில் பணம் புரளுவதான ஒரு தொழிலைக் கட்டி வளர்த்திருக்கிறது. அது லேசா?"

"அடடா, எப்பேர்ப்பட்ட சாதனை – இலட்சக்கணக்கில் பணம் புரளும் தொழில்! எந்தவிதமான புத்திசாலித்தனமோ திறமைகளோ

 நற்றிணை பதிப்பகம் ● 113

இல்லாத ஒரு மனிதன் ஒரு வியாபாரியாக வந்துவிடுகிறான். பிறகு பணக்காரனாகிறான். தன் பண்டங்களை நாளுக்கு நாள், எவ்வித முறையோ அல்லது நோக்கமோ இல்லாமல், இயந்திரம்போல விற்பனை செய்கிறான். பணத்தை மிகவும் விரும்பாத அவனுக்குப் பணம் தானாகவே வந்து குவிகிறது. அவன் தொழிலில் வாழ்நாள் முழுவதும் ஈடுபட்டிருக்கிறான். அத்தொழில் அவனுக்குப் பிடித்த மாயிருப்பதற்குக் காரணம், குமாஸ்தாக்களின் மீது ஆதிக்கம் செலுத்தவும், வாடிக்கைக்காரர்களை வஞ்சிக்கவும் அந்தத் தொழில் ஒரு வாய்ப்பைக் கொடுக்கிறது என்பதுதான். அவன் கோயில் தர்மகர்த்தாவாக இருக்கிறான்; ஏன்? அங்கு கோயிற்பாடகர்மீது ஆதிக்கம் செலுத்தி, அவர்களைத் தன் இஷ்டம்போல ஏவ முடியும் –அதனால்தான். பள்ளியாசிரியர் தனக்குக் கீழ்ப்பட்டவன் என்னும் உணர்வு அவனுக்கு மிகுந்த மகிழ்ச்சியைக் கொடுக்கிறது; அதனால் தான் அவன் பள்ளிப் புரவலனாகிறான். வியாபாரி விரும்புவது தொழிலல்ல; மக்கள்மீது அவனுக்கு அதிகாரம் கிடைக்கிறதே அதைத்தான் விரும்புகிறான். உங்கள் பண்டசாலை வியாபார நிலையமல்ல; சிறைச்சாலை என்பதுதான் மிகச் சரி! ஆம், வாய்பொத்தி நடுங்கிக் கிடக்கும் குமாஸ்தாக்கள்தாம் உங்களுக்குத் தேவை; அத்தகைய ஆட்களைத்தான் நீங்கள் குழந்தைப் பருவம் முதலாகக் கட்டாயப்படுத்தி, ஒரு துண்டு ரொட்டிக்காக உங்களுக்குத் தலைவணங்கும்படி பயிற்றுவிக்கிறீர்கள்; குழந்தைப் பருவத்திலிருந்தே உங்களைத் தம் இரட்சகனாகக் கருதப்போகிறார்கள். உங்கள் பண்டசாலையில் பல்கலைக்கழகப் பட்டதாரியை நீ வேலையில் அமர்த்தமாட்டாய், ஊஹூம், மாட்டாய்!"

"பல்கலைக்கழகப் பட்டதாரிகள் நம் தொழிலுக்கு ஏற்றவர்கள் அல்ல."

"அது உண்மையல்ல, சுத்தப் பொய்!" என்று கத்தினான் லாப்தேவ்.

"என்னை மன்னிக்க வேண்டும், ஆனால், நீ நுனிமரத்தில் உட்கார்ந்து கொண்டு அடி மரத்தை வெட்டுகிறாய்" என்று சொல்லி எழுந்தான் ஃபியோதர். "நம் தொழிலை நீ வெறுக்கிறாய்; இருந்தும் அது தரும் இலாபங்களைக்கொண்டு நீ வாழ்கிறாய்."

"ஆகா, அதுதான் விஷயம்!" என்று சொல்லிக் கண்களிலிருந்து கனல்பறக்க, வறட்டுச் சிரிப்புச் சிரித்தான் லாப்தேவ். "ஆமாம், உங்கள் பிரபலமான குடும்பத்தைச் சேர்ந்தவனாக நான் இல்லாதிருந் தால், அரைக்காசு பெறக்கூடிய மனத்திண்மை, துணிச்சல் எனக்கு இருந்திருந்தால், அந்த வருமானத்தை வெகுநாளைக்கு முன்பே தூக்கியெறிந்துவிட்டு, சொந்த முயற்சியால் பிழைக்கப் போயிருப்பேன்.

ஆனால், உங்களது பண்டசாலையில் நீங்கள் என்னிடமிருந்த எல்லாவற்றையும் பறித்துக்கொண்டு விட்டீர்கள்! நான் உங்களைச் சேர்ந்தவன்தானே!" என்றான்.

ஃபியோதர் கடிகாரத்தை ஒரு பார்வை பார்த்து, விரைவாக விடைபெற்றுக்கொள்ளத் தொடங்கினான். யூலியாவின் கையை முத்தமிட்டு வெளியேறினான்; ஆனால் முன்னறைக்குச் செல்லுவதற்குப் பதில், விருந்தினர் அறைக்குள் போய், அங்கிருந்த படுக்கையறைக்குச் சென்றான்.

அவன் கலங்கிப்போய், "நான் வழி தவறிவிட்டேன், என்ன விந்தையான வீடு! விந்தையான வீடுதான் இது, இல்லையா" என்றான்.

மேல்கோட்டை அணிந்துகொண்டபோது அவன் திகைத்துக் காணப்பட்டான்; முகத்தில் வேதனைக்குறி படர்ந்திருந்தது. லாப்தேவின் சினமெல்லாம் காற்றாய்ப் பறந்தது; அவன் வெருண்டு விட்டான்; அதே நேரம் ஃபியோதருக்காக வருத்தமும் அடைந்தான். மேலும், சகோதரனிடம் அவன் கொண்டிருந்த உண்மையான உள்ளன்பு, கடந்த மூன்றாண்டுகளாக மறைந்துவிட்டதாகக் கருதி யிருந்த அந்தப் பாசம், அவனிடம் மீண்டும் கிளர்ந்து எழுந்தது. அவ்வன்பை ஏதேனும் ஒரு வழியில் வெளிப்படுத்த வேண்டுமென்ற ஓர் அடங்காத ஆவல் அவனை ஆட்கொண்டது.

"நீ எங்களோடு நாளை உணவுகொள்ள வேண்டும்" என்றான், தன் சகோதரனின் தோளைத் தட்டியபடி. "வருகிறாயா?" எனக் கேட்டான்.

"சரி, ஆகட்டும். தயவு செய்து எனக்குக் கொஞ்சம் தண்ணீர் கொடு."

லாப்தேவ் உண்டியறைக்குள் ஓடி, முதலில் கண்ணில் பட்டதை– உயரமான ஒரு பீர்மொந்தையை – தாவியெடுத்து, அதில் தண்ணீர் நிரப்பித் தன் சகோதரனிடம் கொண்டுவந்து கொடுத்தான். ஃபியோதர் ஆவலோடு குடித்தான்; ஆனால், திடீரென்று மொந்தையின் விளிம்பைக் கடித்தான்; பிறகு நறநறவென்ற ஓசையும் அழுது செருமுவதும் கேட்டன. தண்ணீர் வழிந்து அவன் கோட்டையும் சட்டையையும் நனைத்துவிட்டது. இதற்குமுன் ஒருநாளும் ஆண்மகன் அழுவதைப் பார்த்திராத லாப்தேவ் அரண்டு தடுமாறிப் போய் நின்றான். அப்பொழுது யூலியாவும் பணிப் பெண்ணும் ஃபியோதரின் கோட்டைக் கழற்றி, அவனை விருந்தினர் அறைக்குள் இட்டுச் சென்றனர். நெஞ்சில் குற்றம் குறுகுறுக்க அவன் அவர்களைத் தொடர்ந்து சென்றான்.

யூலியா ஒரு சோபாவின் மீது ஃபியோதரைப் படுக்க வைத்து, அவனுக்குப் பக்கமாகத் தான் மண்டியிட்டு அமர்ந்தாள்.

"ஒன்றுமில்லை, வெறும் மனத்தளர்ச்சிதான்..." என்று ஆறுதல் சொன்னாள்.

"நான் நிரம்பத் துயரப்பட்டவன்! மகிழ்ச்சி என்பது எனக்குத் தெரியாது... ஆனால் இவ்வளவு காலம் அதை மறைத்து வைத்திருந் தேன். மறைத்து வைத்திருந்தேன்" என்றான் ஃபியோதர்.

அவள் கழுத்தை அணைத்துக்கொண்டு, "நான் ஒவ்வோர் இரவிலும் என் தமக்கை நீனாவைக் கனவில் காண்கிறேன். அவள் வந்து என் படுக்கையின் பக்கம் நாற்காலியில் உட்காருகிறாள்..." எனக் காதோடு காதாகச் சொன்னான்.

ஒரு மணிக்குப் பிறகு நடைவழியில் மறுபடியும் மேல்கோட்டை அணிந்துகொண்டிருந்தபொழுது, "நீ நாளை எங்களோடு பகலுணவு கொள்ள வர வேண்டும். ஈஸ்டரில் நாம் இருவரும் வெளிநாடு போவோம். உனக்கு இடமாறுதல் வேண்டும், நீ மிகவும் தளர்ச்சி அடைந்திருக்கிறாய்" என்றான்.

"சரி, சரி, நான் வருகிறேன், வருகிறேன்... நம்மோடு தங்கை யையும் அழைத்துச் செல்வோம்."

வீடு திரும்பியதும், லாப்தேவ், தன் மனைவி அதிர்ச்சியடைந் திருப்பதைக் கண்டான் – ஃபியோதருக்கு ஏற்பட்ட மனத்தளர்ச்சி அவளைப் பெரிதும் ஆட்டிவிட்டது. அவள் அழவில்லையானாலும் மிகவும் வெளுத்துப் போனாள்; படுக்கையில் அமைதியின்றிப் புரண்டு கொண்டு மரத்துப்போன தன் விரல்களால் போர்வையை, தலையணையை, கணவனின் கைகளைப் பற்றிக்கொண்டாள்; கண்கள் பரக்கப் பரக்க விழித்தன.

"என்னை விட்டுப் போகாதே, என்னை விட்டுப் போகாதே" என்று கெஞ்சினாள்.

"அலெக்ஸேய், நான் பிரார்த்தனை செய்வதை ஏன் நிறுத் தினேன் என்பதை எனக்குச் சொல். என் பக்தி என்னவாயிற்று? ஐயோ, என் முன்னிலையில், மதத்தைப் பற்றி நீ ஏன் அவ்வாறு பேசினாய்? என்னை மனந்தடுமாறச் செய்து விட்டாய். நீயும் உன்னுடைய நண்பர்களுந்தாம். நான் இப்போதெல்லாம் பிரார்த் தனை செய்வதில்லை."

அவன் தண்ணீரில் நனைத்த குளிர்ந்த துணியை அவள் நெற்றியில் வைத்து, கைகளைத் தன் கைகளால் பொத்திச் சூடுபடுத்தி, குடிப்பதற்குத் தேநீர் கொடுத்தான்; அவள் அஞ்சி நடுங்கி அவனைக் கட்டிப்பிடித்துக் கொண்டாள்.

விடியும் தறுவாயில், அவள் ஆடியலுத்துப்போய் உறக்கத்தில் ஆழ்ந்தாள்; லாப்தேவ், அவள் கையைப் பற்றிக்கொண்டு அருகில் அமர்ந்திருந்தான். அன்றிரவு அவன் படுக்கைக்குச் செல்லவில்லை. மறுநாள் முழுதும் அவன் உள்ளத்திலும் உடம்பிலும் ஒரு களைப் புணர்ச்சி ஏற்பட்டது; எதைப் பற்றியும் சிந்திக்காமல் வீடெங்கும் அவன் சோம்பலாகத் திரிந்துகொண்டிருந்தான்.

16

ஃபியோதருக்கு மனவியாதி ஏற்பட்டிருப்பதாக வைத்தியர்கள் கூறினர். பியாத்னித்ஸ்கயாவில் என்ன நிகழ்ந்தது என்பது லாப்தேவுக்குத் தெரியாது. தந்தையோ அல்லது ஃபியோதரோ இல்லாமல் அவ்விருண்ட பண்டசாலை, அவனுக்குக் கல்லறையை நினைவூட்டியது. பண்டசாலையையும் பியாத்னித்ஸ்கயா வீட்டையும் அவன் நாள்தோறும் போய்ப் பார்த்துவர வேண்டும் என்று அவன் மனைவி கூறும்போது அவன் மறுமொழி ஒன்றும் சொல்வதில்லை அல்லது தன் குழந்தைப் பருவத்தைப் பற்றி எரிச்சலாகப் பேசத் தொடங்குவான்; கடந்த கால நிகழ்ச்சிகளுக்குத் தந்தையை மன்னிக்க முடியாது என்றும் பியாத்னித்ஸ்கயா வீடும் பண்டசாலையும் தனக்கு வெறுப்பூட்டியதாகவும், பிறவாறும் பேசுவான்.

ஒரு ஞாயிற்றுக்கிழமையன்று காலையில் யூலியா தானே பியாத்னித்ஸ்கயாவுக்குப் போனாள். அங்கு முதலில் தான் போனபோது, தெய்வ வழிபாடு நடந்த அதே பெரிய அறையில் ஃபியோதர் ஸ்தெபானவிச் இருக்கக் கண்டாள். அவர் கித்தான் சட்டையை அணிந்தவராய் 'டை' இல்லாமலே, ஒரு சாய்வு நாற்காலியில் பார்வை கெட்ட கண்களுடன் திருதிருவென விழித்துக் கொண்டு, அசைவற்று உட்கார்ந்திருந்தார். அவரிடம் போய்க் கொண்டே, "நான்தான் உங்கள் மருமகள்" என்றாள் யூலியா. "உங்களைப் பார்க்க வந்திருக்கிறேன்."

அவர் திணறலோடு மூச்சுவிடத் தொடங்கினார். அவர் படும் பாட்டையும் அவரது தனிமையையும் கண்டு நெஞ்சு நெகிழ்ந்து யூலியா அவர் கையை முத்தமிட்டாள். அவரோ அவள் முகத்தையும் தலையையும் தடவிப் பார்த்தார். அது அவள்தானா என்று

உறுதிப்படுத்திக்கொள்வது போல; பின்பு அவள் மீது சிலுவைக் குறியிட்டார்.

“நன்றி, நன்றி” என்றார் அவர். “நான் பார்வையிழந்து விட்டேன்; என்னால் பார்க்க முடியாது... சன்னலையும் நெருப்பையும் மங்கலாகப் பார்க்க முடியும்; மனிதர்களையும் பொருள்களையும்தான் பார்க்க முடியாது. ஆம், நான் பொட்டையாகி வருகிறேன். ஃபியோதருக்கு நோய்; காரியங்களைக் கவனித்துக்கொள்ள யாரும் இல்லை. ஏதேனும் பிழையாக நடந்தால், குற்றவாளியை யார் தண்டிப்பார்? வேலைக்காரர்கள் கெட்டுப்போய்த் தறுதலையாகிவிடுவார்கள். ஃபியோதருக்கு என்ன வந்துவிட்டது? அவனுக்குக் குளிர் நடுக்கம் ஏற்பட்டதா? என் வாழ்க்கையில் ஒருபோதும் நான் நோய்வாய்ப்பட்டதில்லை; ஒருபோதும் மருந்து சாப்பிட்டதுமில்லை. வைத்தியர்கள் எனக்கு அவசியமாயிருக்கவில்லை.”

எப்போதும் போல, கிழவர் பெருமையடித்துக்கொள்ளத் தொடங்கினார். அந்நேரத்தில், பணிப்பெண் விரைந்து விரைந்து உணவு பரிமாறத் தொடங்கினாள். ஏதோ பத்துப் புட்டிகள் வந்தன. அவற்றில் ஒன்று பாரிஸிலுள்ள ஏய்பல் கோபுரம் போல இருந்தது. ஒரு பெரிய வட்டில், நிறைய சோற்றையும் மீனையும் கலந்து தயாரித்த சூடான பணியாரங்களும் வந்தன.

“கண்ணே, நீங்கள் என்னுடன் சாப்பிட வேண்டும்” என்றார் கிழவர்.

அவள் அவர் கையைப் பிடித்து, அவரை மேசைக்கு இட்டுச் சென்று, அவருக்குச் சிறிதளவு வோத்காவை ஊற்றினாள்.

“நான் நாளைக்கு மறுபடியும் வருகிறேன். உங்களுடைய பேத்திகள் சாஷாவையும் லீதாவையும் கூட்டி வருகிறேன். அவர்கள் தங்கள் அருமைத் தாத்தாவைப் பார்க்க ஆசைப்படுவார்கள்” என்றாள்.

“வேண்டாம். அவர்கள் முறைகேடாகப் பிறந்தவர்கள்.”

“ஏன் அப்படிச் சொல்லுகிறீர்கள்? அவர்கள் தந்தைக்கும் தாய்க்கும் திருமணம் நடக்கவில்லையா?”

“நடந்ததுதான். ஆனால், என் அனுமதியில்லாமல். நான் அவர்களுக்கு ஆசி வழங்கவில்லை; அவர்களோடு நான் உறவே வைத்துக்கொள்ள விரும்பவில்லை. அவர்கள் நாசமாய்ப் போக!”

“ஃபியோதர் ஸ்தெபானவிச், தாங்கள் இப்படிச் சொல்வது நன்றாயில்லை” என்று சொல்லிப் பெருமூச்செறிந்தாள், யூலியா.

"குழந்தைகள் தங்கள் பெற்றோர்களை மதித்து, அவர்களுக்குப் பயந்து நடக்க வேண்டும் என்று பைபிள் சொல்லுகிறது."

"இல்லை, அப்படி ஒன்றுமில்லை. நாம் நம் எதிரிகளைக் கூட மன்னிக்க வேண்டும் என்றுதான் பைபிள் சொல்லுகிறது."

"நம் தொழிலில் மன்னிப்பு என்று எதுவும் இருக்க முடியாது. ஒவ்வொருவனையும் மன்னிக்கத் தொடங்கினால், மூன்று ஆண்டுகளில் ஓட்டாண்டி ஆக வேண்டியதுதான்."

"ஆனால், மன்னிப்பதென்பது, தீங்கிழைத்தவனுக்குக் கூடக் கனிவான இதமொழி சொல்வதென்பது, தொழிலையோ செல்வத்தை யோவிட மிகமிக முக்கியமானதாயிற்றே!"

கிழவரின் உள்ளத்தை இளகச்செய்து, அவரிடம் பச்சாத் தாபத்தைக் கிளறிவிட விரும்பினாள், யூலியா; ஆனால், அவள் சொன்னவற்றையெல்லாம் பெரியவர்கள் குழந்தைகளின் மழலையைக் கேட்பது போலத்தான் அவர் கேட்டார்.

"ஃபியோதர் ஸ்தெபானவிச்" என்று அவள் தீர்மானமாகச் சொல்லலானாள். "உங்களுக்கு வயதாகிவிட்டது. இறைவன் உங்களை விரைவில் தம்மிடம் அழைத்துக்கொள்வார்; நீங்கள் எப்படி வியாபாரம் பண்ணினீர்கள் என்றோ, அது செழித்ததா இல்லையா என்றோ உங்களைக் கேட்கமாட்டார். உங்களுக்குக் கீழ்ப்பட்டவர் களிடம் நீங்கள் தாராளமனத்துடன் இருந்தீர்களா; உங்களைவிடத் தாழ்ந்தவர்களிடம், உதாரணமாக உங்களுடைய பணியாட்களிடம், குமாஸ்தாக்களிடம், சிடுசிடு என்றில்லாமல் இருந்தீர்களா என்றுதான் கேட்பார்" என்றாள்.

"நான் எப்போதும் என் வேலையாட்களின் இரட்சகனாகவே இருந்து வந்திருக்கிறேன்; என்னைப் போல ஓர் எஜமானர் தங்களுக்குக் கிடைத்ததற்காக அவர்கள் கடவுளுக்கு எல்லையற்ற நன்றி சொல்லித்தீர வேண்டும்" என்று கிழவர் திட நம்பிக்கையோடு சொன்னார். ஆயினும், யூலியாவின் பேச்சிலே தொனித்த உண்மையான ஆர்வம் அவர் மனதைத் தொட்டுவிட்டது; அவளை மகிழ்விக்க வேண்டி, "ரொம்ப நல்லது, நீங்கள் பேத்திகளை நாளை கூட்டி வாருங்கள். அவர்களுக்காகச் சில பரிசுகள் வாங்கிவரச் சொல்கிறேன்" என்றார்.

கிழவர் ஒழுங்கில்லாமல் உடையணிந்திருந்தார்; அவரது மார்பிலும் முழங்கால்களிலும் சுருட்டுச் சாம்பல் விழுந்திருந்தது; அவருடைய பூட்ஸ்களையும் ஆடைகளையும் துப்புரவு செய்ய யாரும் கவலைப்படவில்லை என்பது தெளிவாகத் தெரிந்தது.

நற்றிணை பதிப்பகம் ● 119

பணியாரங்களில் கலந்திருந்த சோறு சரியாக வேக வைக்கப்பட வில்லை; மேசைத் துணி சவர்க்கார வாடை வீசியது; பணியாட்கள் குதித்து மிதித்து நடந்தார்கள். கிழவரும், பியாத்னித்ஸ்கயா தெரு விலுள்ள அவ்வீடு முழுதும் கவனிப்பாரற்றிருந்ததைக் கண்ட யூலியாவுக்குத் தன்மீதும் கணவன்மீதும் வெட்கம் உண்டாயிற்று.

“நான் தவறாமல் நாளைக்கு வருவேன்” என்றாள்.

அவள் சில அறைகளின் வழியே சென்று, கிழவரின் படுக்கையைச் சீர்படுத்தவும் அவரது அறையில் விளக்கேற்றி வைக்கவும் கட்டளை யிட்டாள். ஃபியோதர் தன் அறையிலே ஒரு திறந்த புத்தகத்தைப் படிக்காமலே பார்த்துக்கொண்டிருந்தான். யூலியா அவனிடம் பேசிவிட்டு, வேலையாட்களிடம் அவனது அறையையும் துப்புரவு செய்யச் சொன்னாள். பிறகு, கீழேயிருந்த குமாஸ்தாக்களின் இருப்பிடங்களுக்குச் சென்றாள். குமாஸ்தாக்கள் உணவு கொள்ளும் அறையின் நடுவில் தணிவான மேல்தளத்துக்கு, வண்ணம் பூசாத, மரத்தூண் முட்டுக் கொடுக்கப்பட்டிருந்தது; சுவர்கள் மலிவான தாள்களால் மூடப்பட்டிருந்தன; மேலும் திக்குமுக்காடும்படியான சமையல் நாற்றம் அங்கு பரவியிருந்தது. அன்று ஞாயிற்றுக்கிழமை; எல்லாக் குமாஸ்தாக்களும் வீட்டில் தங்கள் படுக்கைகள் மீது அமர்ந்துகொண்டு, பகலுணவுக்காகக் காத்திருந்தனர். யூலியா உள்ளே நுழைந்தபோது, அவர்கள் துள்ளியெழுந்து நின்று, கைதிகளைப் போல அவள் மீது பயம் நிறைந்த பார்வையைச் செலுத்தியவாறு நடுங்கிக் கொண்டே அவள் கேள்விகளுக்கு விடை பகர்ந்தனர்.

யூலியா, ஆச்சரியத்தால் தன் கைகளை மேலே ஆட்டிய வண்ணம், “அடக் கடவுளே, என்ன அருவருப்பான இடம் இது! இங்கு உங்களுக்கு ஒரே நெருக்கடியாக இல்லையா?” என்று கேட்டாள்.

“நெருக்கடியாகத்தான் உள்ளது. ஆனால், சிரமமில்லை, அம்மா” என்றான், மாகேயிசெவ். “உங்களுக்கு நாங்கள் மிகவும் கடமைப்பட்ட வர்கள்; கருணையுள்ள கடவுள் உங்களுக்கு அருள வேண்டுமென்று நாங்கள் பிரார்த்திக்கிறோம்.”

“வாழ்க்கைக்கும் சொந்தப் பெருவிருப்புகளுக்கும் பொருந்து மாறு” என்று சொன்னான் பொத்சாத்கின்.

“நாங்கள் சாதாரண ஜனங்கள், எங்கள் நிலைக்குத் தகுந்தபடி வாழவேண்டும்” என்று விளக்கந்தர விரைந்தான், மாகேயிசெவ்.

யூலியா தொழில் பயில்வோர்களின் இருப்பிடத்தையும் சமையலறையையும் போய்ப் பார்த்தாள்; வீட்டு மேற்பார்வைக்

காரியைக் கண்டு பேசினாள்; தான் பார்த்த எல்லாவற்றாலும் மிகவும் அதிருப்தி அடைந்தாள்.

வீடு திரும்பியதும், "சீக்கிரமாக நாம் பியாத்னித்ஸ்கயாவுக்குச் சென்றுவிட வேண்டும். மேலும், பண்டசாலைக்கு நீ தினந்தோறும் போய்த்தீர வேண்டும்'' என்று கணவனிடம் சொன்னாள்.

படிப்பறையில் அவர்கள் அருகருகாக நீண்ட நேரம் உட்கார்ந் திருந்தனர்; இருவருமே ஒன்றும் பேசவில்லை. அவன் நெஞ்சில் வேதனை நிறைந்திருந்தது. பியாத்னித்ஸ்கயாவுக்கோ பண்ட சாலைக்கோ அவன் போக விரும்பவில்லை; ஆனால், தன் மனைவி என்ன நினைக்கிறாள் என்பதை ஊகித்துக்கொண்டான்; அவளை எதிர்த்துப் பேச அவனுக்குத் தெம்பில்லை.

"நமது வாழ்க்கை ஏற்கெனவே முடிவடைந்து, இருண்ட அரைவாழ்வு தொடக்கமாவது போல எனக்கு உணர்ச்சி ஏற்படு கிறது'' என்று அவள் கன்னத்தை வருடிக்கொண்டே சொன்னான். "ஃபியோதர் தீரா நோய்வாய்ப்பட்டான் என்று அறிந்தபோது, நான் அழுதேன். குழந்தைப் பருவத்தையும் இளமைக் காலத்தையும் நாங்கள் ஒன்றாகவே கழித்தோம். நான் ஒரு காலத்தில் அவனை உள்ளன்போடு நேசித்தேன். இப்போதோ இந்தப் பயங்கரமான நிகழ்ச்சி. நான் சென்ற கால வாழ்வுடன் உள்ள உறவை நிரந்தர மாகவே முறித்துக்கொண்டு வருவது போல உணர்கிறேன். இந்தச் சமயத்தில், நாம் பியாத்னித்ஸ்கயாவுக்கு, அந்தச் சிறைக் கோட்டத் திற்குக் குடிபோக வேண்டுமென்று நீ சொன்னவுடன், எனக்கு எதிர்காலமும் கிடையாதோ என்ற உணர்ச்சி ஏற்படுகிறது.''

அவன் எழுந்து சன்னலுக்குப் பக்கத்தில் சென்றான்.

"ஆம், இன்பத்தைப் பற்றிய எல்லா எண்ணங்களையும் நான் மூட்டை கட்டி வைத்துவிட வேண்டியதுதான்'' என்று தெருவை உற்றுப் பார்த்துக்கொண்டு கூறினான். "இன்பம் என்பதே இல்லை; ஒருபோதும் நான் அதை அறிந்ததே இல்லை. அது இருக்கிறதா என்பதையே நான் சந்தேகிக்கிறேன். என் வாழ்க்கையில் ஒரே ஒருமுறைதான் நான் இன்பமாயிருந்தேன்; உன் குடையின் கீழ் அமர்ந்திருந்த அன்றிரவுதான். அந்தக் குடையை நீ என் தமக்கை நீனா வீட்டில் வைத்து மறந்தது உனக்கு நினைவிருக்கிறதா?'' என மனைவி பக்கம் திரும்பிக் கேட்டான்.

"நான் அப்போது உன்மீது காதல் கொண்டிருந்தேன். அந்தக் குடையின் கீழ் அமர்ந்து, இரவெல்லாம் இன்ப வெள்ளத்தில் மிதந்தது எனக்கு நினைவிருக்கிறது.''

படிப்பறையில், புத்தக அலமாரிகளுக்குப் பக்கமாக வெண் கலத்தால் அலங்கரிக்கப்பட்ட செம்மரப் பெட்டியும் இருந்தது. அதில் லாப்தேவ் பயனற்ற பலவகைப் பொருள்களை வைத்தி ருந்தான்; அவற்றில் இந்தக் குடையும் ஒன்று. அவன் அதை எடுத்து மனைவியிடம் கொடுத்தான்.

"இதோ" என்றான்.

குடையை ஒரு நிமிடம் பார்த்தாள், யூலியா. அதை அடையாளங் கண்டுகொண்டு, சோகத்தோடு முறுவலித்தாள்.

"ஆம், இப்போது எனக்கு நினைவு வருகிறது" என்றாள். "நீ என்னிடம் திருமணத்துக்கு இணங்குமாறு கேட்டபோது, அதை உன்னுடைய கையில் பிடித்திருந்தாய்." பின், அவன் அறையிலிருந்து செல்லவிருந்தபோது, "தயவுசெய்து சீக்கிரமாகவே வீட்டிற்கு வந்துவிடு. நீயில்லாவிட்டால் நேரம் செல்லமாட்டேன் என்கிறது" என்று கூறினாள்.

அவள் தன் அறைக்குச் சென்று அந்தக் குடையை நீண்ட நேரம் பார்த்தாள்.

17

பண்டசாலையில் நடத்தப்பட்ட தொழில் பெரியதும் சிக்கலுடையதுமாய் இருப்பினும், ஒரு கணக்கன்கூட இருக்கவில்லை; ஆபீஸ் குமாஸ்தா எழுதிவைத்த கணக்குகள் முற்றும் புரியாமல் இருந்தன. தினமும் பண்டசாலைக்கு வந்து கொண்டிருந்த ஜெர்மானிய, ஆங்கிலேயத் தொழில் ஏஜெண்டுகள், குமாஸ்தாக் களோடு அரசியல், மதம் ஆகியவற்றைப் பற்றி உரையாடுவார்கள். ஒழுங்காக, சீமானாகப் பிறந்த ஒரு குடிகாரன் வருவான். நோய் கொண்ட, இரங்கத்தக்க அந்தப் பிறவி வெளிநாட்டிலிருந்து வரும் கடிதங்களை மொழிபெயர்ப்பான். குமாஸ்தாக்கள் அவனைத் 'தேவாங்கு' என வேடிக்கையாக அழைத்து, அவன் தேநீரில் உப்புக் கலந்தனர். லாப்தேவுக்கு அந்த வியாபாரத் தொழில் முழுவதும் மதிகெட்டதாகவேபட்டது.

இப்போது, அவன் பண்டசாலைக்கு அன்றாடம் சென்றான். தொழில் பயில்வோர்களைக் கசையால் அடிப்பது, வாடிக்கைக் காரர்களை ஏளனம் செய்வது ஆகியவற்றைத் தடுத்தான்; விற்பனை யாகாது தேங்கிக் கிடந்த பழைய பண்டங்களை, நவ நாகரிகமானவை என்று கூறி அவற்றை நாட்டுப்புற வாடிக்கைக்காரர்களின் தலையில் வைத்துக் கட்டிவிடக் குமாஸ்தாக்கள் முயன்றதைக் கண்டுவிட்டால், அவர்கள்மீது சீறுவான். ஆனால், இப்போது பண்டசாலை அவன் பொறுப்பில் இருப்பினும், தான் பெற்ற செல்வத்தின் அளவு என்ன

என்பதோ தொழில் பெருகிவருகிறதா இல்லையா என்பதோ அல்லது தலைமைக் குமாஸ்தாக்கள் எவ்வளவு சம்பளம் பெற்றனர் என்பதோ அவனுக்கு இன்னும் தெரியவில்லை. கம்பெனியின் இரகசியங் களை அறிந்துகொள்வதற்கு அவன் மிகவும் இளைஞன் என்றும் அனுபவம் இல்லாதவன் என்றும் பொத்சாத்கின், மாகேயிசெவ் ஆகிய இருவருமே கருதினர்; எனவே, கண் பொட்டையான கிழ முதலாளியிடம் ஒவ்வொரு நாள் மாலையிலும் குசுகுசுவென நீண்ட நேரம் கூடிக்கூடிப் பேசுவர்.

ஜூன் தொடக்கத்தில் ஒருநாள் லாப்தேவும் பொத்சாத்கினும் பகலுணவு சாப்பிட்டுக்கொண்டே தொழில் பற்றிய செய்திகளைப் பேசலாமென புப்னாவ் சாராயக் கடைக்குச் சென்றனர். பொத்சாத்கின் லாப்தேவ் குடும்பத்துடன் எட்டாவது வயதிலிருந்தே இருந்து வந்தவன். அவர்கள் அவனைத் தங்கள் குடும்பத்தில் ஒருவனாகவே கருதி மிகவும் நம்பினார்கள். பண்டசாலையைவிட்டுப் போகும்போது, பெட்டியிலுள்ள பணத்தையெல்லாம் எடுத்துப் பைகளில் திணித்துக் கொள்வான். பண்டசாலையிலும், வீட்டிலுமாக அவன்தான் மேம்பட்டவன்; கோயிலில்கூட, கிழவருக்குப் பதிலாகத் தர்மகர்த்தா வாக இருந்தான். தொழில் பயில்வோர்களை, அவன் மிருகத்தனமாக நடத்தியதால், சித்திரவதைப் புலி என்ற பட்டப் பெயரையும் பெற்றான்.

சாராயக் கடையில் அவர்கள் நுழைந்தவுடன், சிப்பந்தியை அழைத்து, “எங்களுக்கு ஓர் அரை அற்புதத்தையும் இருபத்து நான்கு தொல்லைகளையும் கொண்டுவா” என்றான் பொத்சாத்கின்.

சிறிது தாமதத்திற்குப் பின், சிப்பந்தி ஒரு தட்டில் அரைப் புட்டி வோத்காவும் சில தட்டுக்களில் வகைவகையான உண்டிகளும் கொண்டுவந்தான்.

“சரி, தம்பீ, இப்போது, பழிச்சொல், அவதூறு ஆகியவற்றில் தேர்ந்தவனின் ஒரு பகுதியைச் சிறிது உருளைக்கிழங்கு பொடிமாசுடன் சேர்த்துக்கொண்டு வா, பார்க்கலாம்' என்றான் பொத்சாத்கின்.

சிப்பந்தி குழப்பமடைந்தவனாகக் காணப்பட்டான். ஏதோ சொல்ல வாயெடுத்தான். ஆனால் பொத்சாத்கின் அவனைக் கண்டிப்பாகப் பார்த்து, “தவிரவும்!” என்றான்.

அந்தச் சிப்பந்தி ஒரு நொடி கடுமையாகச் சிந்தித்துப் பிறகு தோழர்களுடன் கலந்து பேசச் சென்றான். கடைசியாக அந்தப் புதிர் விடுபட்டுப் பொரித்த நாக்கு, ஒரு கூறு கொண்டு வந்தான்.

இரண்டு கிளாஸ் வோத்காவைப் பருகிவிட்டுச் சிறிது உணவு கொண்ட பின், “இங்கே பாருங்கள், நம் தொழில் சென்ற சில

ஆண்டுகளில், படுக்கத் தொடங்கிவிட்டது என்பது உண்மையா?" என்று லாப்தேவ் கேட்டான்.

"எந்த விதத்திலும் இல்லை."

"தயவு செய்து, திறந்து, நேர்மையோடு எனக்குச் சொல்லுங்கள்; எவ்வளவு வருமானம் நமக்கு வந்து கொண்டிருந்தது, இப்போது நம் வருமானம் என்ன, நமக்குள்ள மூலதனம் எவ்வளவு? நான் இருட்டில் துழாவிக்கொண்டே போக முடியாது. நான் பண்டசாலைக் கணக்குகளைப் பார்த்து நீண்டநாள் ஆகிவிடல்லை; ஆனால், நான் அவற்றை நம்புவதற்கில்லை என்று சொல்ல வருந்துகிறேன். ஏதோ காரணத்தால், நீங்கள் என்னிடமிருந்து எதையோ மறைப்பது அவசியம் என்று கருதுகிறீர்கள், உண்மையைத் தந்தையிடம் மட்டும் சொல்லுகிறீர்கள். நீங்கள் சிறுவனாக இருந்த காலமுதலே, தந்திரத்துக்குப் பழகிக்கொண்டவர்; அது இல்லாமல் உங்களால் ஒன்றும் செய்ய முடியாது. ஆனால், அதைக் கைவிட வேண்டிய காலம் வந்துவிட்டது. தயவு செய்து என்னிடம் திறந்த மனத்தோடு பேசுங்கள். இன்று நம்முடைய தொழிலின் நிலை என்ன?"

"அதெல்லாம் கடன் கொடுப்பின் ஏற்ற இறக்கத்தை காய்ச்சலைப் பொறுத்திருக்கிறது" என ஒரு நொடி நேரச் சிந்தனைக்குப் பிறகு விடையளித்தான் பொத்சாத்கின்.

" 'கடன்கொடுப்புக் காய்ச்சல் என்றால்' என்ன அர்த்தம்?"

பொத்சாத்கின் விளக்கத் தொடங்கினான், ஆனால், லாப்தேவுக்கு அதிலிருந்து ஏதும் விளங்கிக்கொள்ள முடியவில்லை; மாகேயிசெவுக்கு ஆள் அனுப்பினான். உடனே அவன் வந்து சேர்ந்தான்; பிரார்த்தனை சொல்லிக்கொண்டு ஏதோ சிறிது உண்டான். பிறகு, தனது கணீரென்ற ஆழமான குரலில், இத்தகைய இரட்சகர்களைப் பெற்றிருப்பதற்காகக் குமாஸ்தாக்கள் இறைவனுக்கு அல்லும் பகலும் நன்றியுணர்வோடு பிரார்த்திக்கக் கடமைப்பட்டவர்கள் என்று கூறினான்.

"ரொம்ப நன்றாகத்தானிருக்கிறது; ஆனால், நான் உங்களின் இரட்சகன் என்று என்னைக் கருதிக் கொள்ளவில்லை" என்றான் லாப்தேவ்.

"ஒவ்வொரு மனிதனுக்கும் தான் யார் என்பது நினைவிருக்க வேண்டும்; தன் அந்தஸ்தை அறிந்திருக்க வேண்டும். நீங்கள் கடவுள் அருளால், எங்கள் தந்தையும் இரட்சகருமாயிருக்கிறீர்கள்; நாங்கள் உங்களுடைய அடிமைகள்."

“இதெல்லாம் கேட்டுக் கேட்டு அலுத்துப்போய் விட்டேன்” என்று சீற்றத்தோடு கத்தினான் லாப்தேவ். “ஒருவேளை, நம் தொழில் எந்த நிலையில் இருக்கிறது என்பதை எனக்குத் தெரிவித்தால் நீங்கள் எனது இரட்சகராக இருப்பீர்கள். நீங்கள் என்னைக் குழந்தை போல நடத்துவதை நிறுத்தாவிட்டால், பண்டசாலையை நான் நாளைக்கே மூடிவிடுவேன். என் தந்தை குருடர்; என் சகோதரன் பைத்தியக்கார விடுதியில் இருக்கிறான்; எனது மருமகள்களோ இன்னும் வயது வராதவர்கள். இந்தத் தொழிலை நான் மனமார வெறுக்கிறேன்; இதை மகிழ்ச்சியோடு நான் கைவிட்டுவிடுவேன். ஆனால், பொறுப்பை மேற்கொள்ள இங்கு யாரும் இல்லை. இவையெல்லாம் உங்களுக்கே தெரிந்தவைதாம். எனவே, இந்தத் தந்திரங்களைத் தயவு செய்து கைவிடுங்கள்!” என்றான்.

அவர்கள் பண்டசாலைக்குச் சென்று, கணக்குகளைச் சரிபார்க்கத் தொடங்கினர். மாலையில், கிழவர் உதவியுடன், கணக்குகளை வீட்டில் தொடர்ந்து சரிபார்த்தனர். வியாபாரம் பற்றிய இரகசியங்களை மகனிடம் கிழவர் தெரிவித்தபோது, அவரது பேச்சுக் குரல், அது வியாபாரம் அல்ல, மாயவித்தை என்று நினைக்கச் செய்யும்படியிருந்தது. ஆண்டு வருமானம், சுமாராகப் பத்தில் ஒரு கூறு ஏறியிருந்தது என்பதும், லாப்தேவ் குடும்பத்தின் செல்வம், ரொக்கமாகவும் உண்டியல்களாகவும் மட்டும் அறுபது இலட்சம் ரூபிள்களாகும் என்பதும் வெளிப்பட்டது.

லாப்தேவ் வெளியில் போனபோது நள்ளிரவு கடந்து விட்டது. அவன் இன்னும் அந்த இலக்கங்களின் வசத்தில் இருந்தான். அமைதியான, புழுக்கமுடைய இரவு; மாஸ்கோ நதிக்கு அப்பாலுள்ள வீடுகளின் வெள்ளை நிறச் சுவர்கள், கம்பியிடப்பட்ட கதவுகள், அரவமின்மை, கரிய நிழல்கள் – இவையெல்லாம் ஒரு கோட்டையை நினைவூட்டின. துப்பாக்கி பிடித்த காவலாளி மட்டும்தான் காணோம். லாப்தேவ் சிறு தோட்டத்துள் சென்று, தங்கள் முற்றத்தை அண்டை வீட்டு முற்றத்திலிருந்து பிரிக்கும் வேலிக்கு அருகில், பெஞ்சின் மீது உட்கார்ந்தான். பார்ட் – செர்ரி மரம் பூத்திருந்தது. அந்த மரம் தன் குழந்தைப் பருவ நாட்கள் முதல் அங்கிருந்தது அவன் நினைவிற்கு வந்தது. அந்நாளில் இருந்ததைப் போலவே முண்டும் முடிச்சுமாய் இருந்தது; ஓர் அங்குலங்கூட உயரவில்லை. தோட்டத்திலும் முற்றத்திலும் உள்ள ஒவ்வொரு இடமும் பழைய நாட்களின் நினைவுகளை மனத்தில் திரும்பக் கொண்டு வந்தது. இப்போது இருப்பது போல், அக்காலத்திலும் எட்ட விலகிய மரங்களின் ஊடாக, நிலா வீசும் முற்றவெளியைக் காண முடிந்தது; நிழல்கள் இருண்டும் இரகசியம் நிறைந்தும் இருந்தன; ஒரு கறுப்பு நாய், முற்றத்தின் நடுவே

படுத்திருந்தது; குமாஸ்தாக்களின் சன்னல்கள் அகலத் திறந்து கிடந்தன. இந்த நினைவுகளில் ஒன்றுகூட மகிழ்ச்சியைத் தரவில்லை.

அடுத்த முற்றத்திலிருந்து, மெல்லெனக் காலடியோசை வந்தது.

“என் அன்பே, என் கண்ணே...” என்று வேலிக்குப் பக்கமாக ஓர் ஆண் குரல் முணுமுணுத்தது. அந்த வேலி, லாப்தேவ் உட்கார்ந்திருந்த இடத்திற்கு மிக அருகில் இருந்ததால் காதலர் மூச்சுவிட்டதைக்கூட அவனால் கேட்க முடிந்தது.

இதோ முத்தமிட்டனர். இலட்சக்கணக்கான ரூபிள்களும், தான் வெறுத்து வந்த தொழிலும் தன் வாழ்வைப் பாழாக்கித் தன்னை முழு அடிமையாக ஆக்கிவிடும் என்று லாப்தேவ் உறுதியாக நம்பினான். சிறிது சிறிதாகப் புது நிலைமை தனக்குப் பழக்கமாகி, கம்பெனியின் தலைமைப் பொறுப்பைப் படிப்படியாக மேற்கொண்டு, பிறகு மனம் தளர்ந்து கிழடுதட்டிப் போய், கடைசியில் உதவாக்கரை யான எல்லா மக்களும் சாவது போலக்–கேடுகெட்டு, சோர்ந்து, வேண்டியவர்களுக்கெல்லாம் சுமையாக இருந்து மடியும் நிலை தனக்கும் ஏற்படுமென்பதை அவன் கற்பனை செய்துகொண்டான். ஆனால், இந்த இலட்சக்கணக்கான ரூபிள்களையும் இந்தத் தொழிலையும் கைவிட்டுத் தான் வெறுத்த இந்தத் தோட்டத்தையும் முற்றத்தையும் விட்டுவிலகிப் போவதைத் தடுத்தது எது?

வேலிக்கப்பாலிருந்து வந்த தெளிவற்ற பேச்சொலியும் முத்தங்கள் கொடுக்கும் ஒலியும் அவனை உணர்ச்சிவசப்படுத்தின. அவன் முற்றத்தின் நடுப்பகுதி வரையில் நடந்து சென்றான்; சட்டையின் பொத்தான்களைக் கழற்றிவிட்டு நிலாவைப் பார்த்தபடி நின்றான். இன்னொரு நொடியில், அந்த வாயிலைத் திறக்கக் கட்டளையிட்டு, ஒருபோதும் மீண்டும் திரும்பி வராமல் வெளியேறிவிட வேண்டும் என்பது போல அவனுக்குத் தோன்றியது. அவன் நெஞ்சம் சுதந்திரத்தை எண்ணித் துள்ளியது; வாழ்க்கை அற்புதமாகவும் கவிதையழகுடனும் ஒருவேளை தூய்மை நிறைந்தும் இருக்கக்கூடுமே. இதை எண்ணிப்பார்த்து அவன் உரக்கச் சிரித்தான்.

ஆனால், அவன் இருந்த இடத்தை விட்டு, நகரவில்லை. “என்னை இங்கு வைத்திருப்பது எது?” என்று தன்னைத் தானே கேட்டுக் கொண்டான். அவன் தன்னையும், மகிழ்ச்சியாகவும் சுதந்திரமாகவும் இருக்கக் கூடிய, வயல்களுக்கும் காடுகளுக்கும் ஓடுவதற்குப் பதில் அங்கு கற்பாளங்களின் மேல் படுத்துக் கிடந்த அந்தக் கறுப்பு நாயையும் இகழ்ந்து நொந்து கொண்டான். அவனைப் போல அந்த நாயும் ஒரே காரணத்தால்தான், இந்த இடத்தை விட்டுப் போகமுடியாமல் தடுக்கப்பட்டது. அவனைப் போல அதற்குச் சிறையும் அடிமைத்தனமும் பழக்கமாகிவிட்டன.

மறுநாள் பகலில், யார்த்ஸெவைத் தன்னுடன் அழைத்துக் கொண்டு அவன் மனைவியைப் பார்க்கச் சென்றான். யூலியா செர்கேயிவ்னா நாட்டுப்புறத்தில், பூதவோ என்ற இடத்தில், வசித்து வந்தாள். அவன் அவளை ஐந்து நாட்களாகப் பார்க்கவில்லை. இரு நண்பர்களும் ரயில் நிலையத்தின் பக்கம் ஒரு வண்டியை அமர்த்திக்கொண்டனர்; யார்த்ஸெவ் வழி நெடுகப் பாடல்கள் பாடி, இன்பமான காலநிலையைப் புகழ்ந்துரைத்தான். வீடு ஒரு பெரிய தோட்டத்தில் இருந்தது; வாயிலருகே, இரு மருங்கிலும் மரங்கள் நாட்டப்பட்ட சாலை தொடங்கிய இடத்தில் பரவி வளரும் ஒரு பழைய பாப்லர் மரத்தின் அடியில் யூலியா உட்கார்ந்திருந்தாள். சித்திர வேலைப்பாடமைந்த அழகான இளமஞ்சள் நிற கவுனை அவள் அணிந்திருந்தாள். கையில் பழைய குடையைப் பிடித்திருந் தாள். யார்த்ஸெவ் வணக்கம் தெரிவித்துவிட்டு, வீட்டை நோக்கி நடந்தான். அங்கிருந்து சாஷா, லீதாவின் குரல்களைக் கேட்க முடிந்தது; லாப்தேவ் மனைவியுடன் பேச அமர்ந்தான்.

“நீ ஏன் இத்தனை நாளாக வரவில்லை?’’ என்று, அவன் கையைப் பற்றிக்கொண்டு அவள் கேட்டாள். “நான் இங்கு தினந்தோறும், உனக்காகக் காத்திருக்கிறேன். நீயில்லாமல் எனக்கு ஏதோ போலிருக்கிறது.’’

அவள் எழுந்து, அவன் தலைமயிரை வருடினாள். அவன் முகம், தோள்கள், தொப்பி – எல்லாவற்றையும் ஆவலோடு பார்த்தாள்.

“உன்னிடம் நான் காதல் கொண்டுவிட்டேன், தெரியுமா?’’ என்று சிவந்த முகத்துடன் சொன்னாள். “என் அன்பிற்குப் பாத்திர மானவன் நீ. நீ வந்திருக்கிறாய், உன்னைப் பார்த்து, நான் நிரம்பச் சந்தோஷமடைகிறேன். இப்பொழுது நாம் சற்றுப் பேசலாம், ஏதேனும் சொல்’’ என்றாள்.

அவள் தன்னிடம் கொண்ட காதலைத் தெரிவித்தபோது, திருமணமாகிப் பத்தாண்டுகள் வாழ்ந்தது போல, அவனுக்கு ஓர் உணர்ச்சி பிறந்தது; அவனுக்கு ஒரே விருப்பம், சாப்பிட வேண்டும் என்பதுதான். அவள் அவன் கழுத்தை அணைத்துக்கொண்டாள். அவள் உடுத்தியிருந்த பட்டுத் துணி அவன் கன்னத்திலே உராய்ந்து கொண்டிருந்தது. அவன் மெல்லெனத் தன்னை விடுவித்துக் கொண்டு எழுந்து வீடு நோக்கிச் சென்றான். சிறுமிகள் அவனைக் காண ஓடி வந்தனர்.

“அவர்கள் எவ்வளவு வளர்ந்துவிட்டார்கள்!” என்று எண் ணினான். “இந்த மூன்றாண்டுகளில் எத்தனையோ பல மாறுதல்கள் ஏற்பட்டுள்ளன! இன்னும் பதின் மூன்று அல்லது முப்பது ஆண்டுகள் கூட வாழ வேண்டும் என்பதை நினைக்கும்போது... எதிர்காலத்தில் என்ன நடக்கப் போகிறது என்று யார்தான் சொல்ல முடியும்? இதைப் பற்றி ஏன் கவலைப்பட வேண்டும்?”

அவன் சாஷாவையும் லீதாவையும் ஆரத் தழுவிக்கொண்டான்; அவர்கள் அவன் கழுத்தைப் பிடித்துத் தொங்கினர்.

"தாத்தா தம் அன்பை உங்களுக்குத் தெரிவிக்கிறார்" என்றான், "மாமா ஃபியோதர் இறக்கும் நிலையில் இருக்கிறார். அமெரிக்காவில் உள்ள கோஸ்த்யா மாமாவிடமிருந்து எனக்குக் கடிதம் வந்திருக்கிறது; அவர்தம் வாழ்த்துகளை உங்களுக்குத் தெரிவித்திருக்கிறார். கண் காட்சிகளைப் பார்த்து அலுத்துப் போய்விட்டதாகவும் விரைவில் வீட்டிற்கு வருவதாகவும் எழுதியுள்ளார். இப்போது உங்கள் மாமனுக்குப் பசி எடுக்கிறது."

அப்புறம் அவன் தாழ்வாரத்தில் அமர்ந்து, தன் மனைவி, பாதை வழியாக வீட்டின் பக்கம் மெதுவாக வருவதைப் பார்த்தான். அவள் ஏதோ சிந்தனையில் மூழ்கியிருந்தது போலத் தோன்றியது. அவள் முகத்தில் கவர்ச்சிகரமான சோகம் தவழ்ந்தது; அவள் கண்களில் நீர் தளும்பிற்று. அவள் இப்போதெல்லாம் வெளிறிய முகமுடைய ஒயில் வாய்ந்த இளம்பெண் அல்ல; முதிர்ந்த, பலமான உடற்கட்டுள்ள அழகி, யார்த்ஸெவ் அவளைப் பார்த்த போது, தன் மனைவியின் புதிய அழகுச் சாயலின் பிரதிபலிப்பைத் துக்கமும் பரவசமும் நிறைந்த அவன் முகத்தில் லாப்தேவ் கண்டான். அவளைத் தன் வாழ்வில் இப்போதுதான் முதன்முறையாகப் பார்ப்பவன் போல இருந்தான் யார்த்ஸெவ். பின் அவர்கள் தாழ்வாரத்தில் உணவுகொண்டபோது யார்த்ஸெவ், யூலியாவை, அவளது அழகிய கழுத்தை, கண்கொட்டாமல் பார்த்தபோது, அவன் இதழ்களில் நாணமும் இன்பமும் கலந்த முறுவல் அரும்பியது. லாப்தேவ் அவனைத் தன்னையறியாமல் பார்த்துக்கொண்டு, இன்னும் பதின்மூன்றாண்டுகளோ, ஒருவேளை முப்பதாண்டுகளோ வாழ வேண்டியிருக்கலாம் என்று எண்ணினான். அந்தக் காலத் திற்குள் எத்தனையோ பல சம்பவங்கள் நிகழக்கூடும். எதிர்காலத்தில் என்ன நடக்கும் என்று யாரறிவார்?

"பிழைத்திருந்தால் பார்த்துக்கொள்வோமே" என்று நினைத் தான் அவன்.